'உனக்கு முன்னால் நடக்கும் அக்கிரமங்களைக் கண்டு உன் ரத்தம் கொதித்தால் நீ என் தோழன்!'

- சே குவாரா!

நாயகன்
சே குவாரா

அஜயன் பாலா

நாயகன் சே குவாரா **।** ஆசிரியர்: அஜயன் பாலா© **।** முதல் பதிப்பு: நவ 2021 **।** நூல் வடிவமைப்பு: ஆர்.பிரகாஷ் **।** அட்டை வடிவமைப்பு: லார்க் பாஸ்கரன் **।** வெளியீடு: நாதன் பதிப்பகம், 16/10 பாஸ்கர் தெரு, நேரு நகர், தசரதபுரம், சாலிகிராமம், சென்னை 600 093 **।** தொடர்புக்கு: 98840 60274 email: nathanbooks03@gmail.com

விலை: ரூ 140/-   www.nathanbooks.com

நினைத்தது போல எழுத்துலக வாழ்வு...!

என் முதல் படத்தின் திரைக்கதைக்காக அமராவதி அணையின் அருகே, பெருகி ஓடும் நதியின் அழகை ரசித்தபடி அமர்ந்து கொண்டிருந்த வேளையில், விகடன் நிருபராகப் பணி புரிந்த அருள் எழிலனிடமிருந்து ஓர் அழைப்பு...

"நண்பா! விகடன்ல 'நாயகன்' என்ற பேருல வரலாற்றுத் தலைவர்கள் பற்றி ஒரு குட்டித் தொடர் துவக்கலாம்னு இருக்காங்க. அஜயன் பாலா எழுதுனா நல்லா இருக்கும், கேட்டுப்பார்ன்னு பொறுப்பாசிரியர் கண்ணன் என்கிட்ட சொன்னாரு. உன்னோட பதிலை உடனே சொல்லு!"

சட்டென எனக்கு வியப்பு!

காரணம், அதுவரை நான் அரசியல், வரலாறு பற்றி எழுதியது இல்லை. எதையாவது எழுதி வம்புல மாட்டிக்க வேண்டாம் என்று நினைத்து, "யார் யார் அந்தத் தலைவர்கள்?" என்று ஒரு பேச்சுக்குக் கேட்டேன்.

உடனே அவர் சொன்ன முதல் பெயர்தான் — 'சே குவாரா!'

உடனடியாக சினிமா வேலையை மூட்டை கட்டி வைத்துவிட்டு, என்னை சென்னைக்கு விரட்டியடித்தது அந்தத் தலைப்பு!

சில நாட்களுக்கு முன்பாகத்தான் 'மோட்டார் சைக்கிள் டைரி குறிப்புகள்' எனும் நூலை வாசித்திருந்தேன். என் மனசாட்சியை உலுக்கிய அந்த உன்னத மனிதனின் வாழ்வை தமிழில் எழுதுவது, என் எழுத்துக்கும், எழுத்து சார்ந்த வாழ்வுக்கும் ஒரு நல்ல அணை திறப்பாக இருக்கும் என உணர்ந்து எழுதத் துவங்கினேன்.

சே குவாராவை, சி.ஐ.ஏ. துப்பாக்கியுடன் வளைத்த அவரது இறுதி கணங்களை எழுதும்போது, என் கை எழுதிக்கொண்டிருக்க, என் இதயமோ தாங்க முடியாத துக்கத்தில் முட்டி மோதி அரற்றியது. பின்னால் கைகள் கட்டப்பட்டும் வீரனாக மரணிக்க வேண்டி, அவர் நெஞ்சைக் காட்டிக்கொண்டு எழுந்து நிற்க முயற்சித்த நிலையில், அவரது காலில் சுட்டுக் கீழே விழச் செய்த கொடூரர்களை எண்ணி மனம் பதைத்துக் கதறியது. எழுதிக்கொண்டிருந்த வார்த்தைகள் மங்கலாகத் தெரிய, என்னை மீறி கண்ணீர்த் துளிகள் சொட்டி காகிதங்களை நனைத்தன. கிட்டத்தட்ட அரை மணி நேரம் அமைதியாக வெற்றுச் சுவரை வேடிக்கை பார்த்துக்கொண்டிருந்தேன். சிறிது நேரத்துக்குப் பிறகு, ஒரு வித தூய காற்று, என்னைச் சூழ, உடலில் புத்துணர்ச்சி மிகுந்தவனாக மீண்டும் எழுதி முடித்தேன்.

விகடன் இதழ்களில் தொடர் வெளியான பிறகு எண்ணற்ற 'சே குவாரா' பனியன்கள் நடமாடத் துவங்கின.

நான் நினைத்தது போலவே என் எழுத்துலக வாழ்வுக்கும் அது, முதல் பெரு வெளிச்சத்தைக் கொடுத்தது.

இந்தத் தொடரை நான் எழுதக் காரணமாக இருந்த எனது நண்பர் அருள் எழிலனுக்கும், இதற்கான நூலைத் தந்து உதவிய திருவண்ணாமலை கவிஞர்கள் குமார், அம்பாயிரம் மற்றும் பழனிவேல் ஆகியோருக்கும் என் மனமார்ந்த நன்றிகள்.

விகடனில் 'நாயகன்' பகுதியில், நான்கு வாரங்கள் மட்டுமே. வந்த 'சே குவாரா' தொடரை, விரித்து முழு நூலாக எழுதுமாறு தொடர்ந்து என்னைத் துளைத்து எடுத்ததோடு மட்டுமல்லாமல், இந்த நூல் மிகச் சிறப்பாக வெளிவரக் காரணமாக இருந்த விகடன் பிரசுர ஆசிரியர் குழுவுக்கும், விகடன் பிரசுரத்தில் வெளியான என் ஒன்பது நூல்களுக்கும் சிறந்த புகைப்படங்களைத் தேர்ந்தெடுத்து, அட்டை மற்றும் பக்கங்களை வடிவமைத்துத் தந்த நண்பர் மு. ராம்குமாருக்கும் மற்றும் இந்த நூலைத் தட்டச்சு செய்த, பிழை திருத்திய முகமறியா விரல்களுக்கும் என் நெஞ்சார்ந்த நன்றிகள்.

அன்புடன்,

அஜயன் பாலா

இந்த நூல்...

'தாமரை' ஆசிரியர் தோழர் சி.மகேந்திரன் மற்றும் 'அறிவியல் இயக்கம்' தோழர் பழனி மோகனா சோமசுந்தரம் ஆகியோருக்கு...

1

விடுதலை வேட்கை கொந்தளிக்கும் ஒரு தேசத்தில் வெறுமனே காற்றில் ஆடும், ஒரு போராளியின் குண்டு துளைத்த சட்டை விலைமதிப்பற்றது. அதைக் காணும் எண்ணற்ற இதயங்களில் புரட்சி விதைகளை அது தூவிச் செல்லும்.

அப்படி, காற்றில் ஆடும் குண்டு துளைத்த ஒரு சட்டையாக, அதிகார வர்க்கத்துக்கு எதிராக உலகம் எங்கிலும் மாற்று சக்தியைத் திரட்டித் தரும் உலகின் கவர்ச்சி மிகுந்த ஒரு சொல் உண்டென்றால் அது சே குவாரா!

உலகம் முழுவதும் அறிந்த இந்தப் பெயருக்குத்தான் எத்தனை வசீகரம்? அமெரிக்காவின் சிலிகன் வேலி கார்ப்பரேட் அலுவலகத்தில் ஆகட்டும், கேளிக்கை நகரமான லாஸ்வேகாஸின் மது விடுதிகளில் ஆகட்டும், இன்னும் லண்டன் கேம்ப்ரிட்ஜ், பாரீஸ் மியூசியம், டோக்கியோவின் இசை விடுதி, ஷாங்கை ஷேர் மார்க்கெட், சென்னை ஸ்பென்ஸர் பிளாஸா, மல்லி மணக்கும் மதுரை கடைத் தெரு, மெல்போர்ன் விமான நிலையம் மற்றும் சிங்கப்பூர், பாங்காக், மாட்ரிட், கோபன் ஹேகன், ஜோகன்னஸ்பர்க் என உலகின் மூலை முடுக்கு எங்கும் சே குவாராவின் முகம்

யாருடைய உடம்பிலாவது ஒட்டிக்கொண்டு, தன் ஆழமான, அன்பு வெளிப்படும் கண்களால் இந்த உலகை தரிசித்தபடி நகர்ந்து கொண்டிருப்பதை பார்த்துக்கொண்டிருக்கிறோம்.

இத்தனை பேரை ஒரு சேர ஒரு முகம் எப்படி வசீகரிக்க முடியும்?

இதற்கு முன் உலகம் முழுவதும் ஒரு வசீகர அலையை உருவாக்கியவர்கள் அனைவரும் மக்களை மகிழ்ச்சிக் கடலில் ஆழ்த்திய கலைஞர்கள். சார்லி சாப்ளின் ஆகட்டும், ப்ரூஸ்லீ, மைக்கேல் ஜாக்ஸன், ஜாக்கிசான் ஆகியோர் ஆகட்டும், அனைவருமே ஊடகத்தின் மூலமாக மக்களை பரவசத்தின் உச்சத்துக்கு அழைத்துச் சென்றவர்கள். ஆனால், சே குவாரா... யார் இவர்? சொல்லி வைத்தாற் போல் உலகின் இளைஞர் சமூகம் தங்களுடைய டீ ஷர்டிலும், சாவிக் கொத்திலும், காபிக் கோப்பையிலுமாக அவரது உருவத்தைத் தாங்கி, கொண்டாடும் அளவுக்கு அவர் அப்படி என்ன செய்துவிட்டார்?!

இத்தனைக்கும் தன் 39—வது வயதில் மண்ணோடு மண்ணாக மக்கிப்போனவர். குறுகிய காலம் மட்டுமே இந்த பூமியில் வாழ்ந்து மறைந்தவர். அப்படிப்பட்ட ஒரு சாதாரண மனிதருக்கு இத்தனை வசீகரம் எப்படிக் கிடைத்தது. இத்தனைக்கும் அவர் இறந்து முப்பது, முப்பத்தைந்து வருடங்களுக்குப் பிறகு திடீரென எப்படி எழுந்தது சே குவாரா அலை?

அவரைப்பற்றிய சினிமாவோ, இசைத்தட்டோ அல்லது பரபரப்பான புத்தகமோ எதுவும் தனிப்பட்ட முறையில் இத்தனை பெரிய புகழை அவருக்குச் சேர்க்கவில்லை. ஆனாலும் எங்கு திரும்பினாலும் சே குவாரா என்ற பெயரே, உலகின் மூலை முடுக்கு எல்லாம் ஒலிக்கத் துவங்கியுள்ளதே! அதுவும் சமீப காலமாக, ஓர் ஐந்தாறு ஆண்டுகளில்.

இதுதான் தொடர்ந்து நம்மை ஆச்சர்யமூட்டும் கேள்வி!

அவர் உருவம் பதித்த டீ ஷர்டை அணிந்து செல்லும் இளைஞரை வழி மறித்து அந்தப் படத்தில் இருப்பவர் யார் எனக் கேளுங்கள். சிலர் அவரது பெயரைச் சொல்வார்கள். சிலர் ஊரைச் சொல்வார்கள்.

ஆனால், ஒன்று நிச்சயம்...

இப்படி சே குவாராவின் தியாகம் என்ன, அவரது செயல் எத்தகையது என்பது குறித்து எதுவுமே தெரியாவிட்டாலும் அவரது முகத்தைத் தங்களுடைய டீ ஷர்ட்டில் தாங்கிச் செல்லும் இளைஞர்கள், தெரிந்தோ தெரியாமலோ அதிகாரத்துக்கு எதிரான சுதந்திரத்தின் கொடியை தங்களுடைய மார்பிலும் முதுகிலுமாக ஏந்திச் செல்கின்றனர். அதனால் பேருவகையையும் களிப்பையும் அடைகின்றனர்.

சுதந்திரம்... பேரன்பு...

ஆம்! இன்றைய இளைஞன் இந்த உலகில் எதிர்பார்ப்பது இதைத்தான். அதிகாரமற்று, அன்பு நிறைந்ததாக இந்த உலகம் இருக்க வேண்டும் என்று ஆசைப்படுகிறான்.

கட்டுகளற்று இந்த உலகை முழுவதுமாக அப்படி ஒருவன் நேசிக்கும்போது அவனுடைய உணர்ச்சிகளைப் பிரதிபலிக்கும் ஒரே பிம்பமாகத் தெரியும் முகம்...

சே குவாரா!

அந்தக் கண்களிலிருந்து வெளிப்படும் காந்த அலை, எதிர்ப்படும் அனைவருக்குள்ளும் முடங்கிக்கிடக்கும் கோடிக்கணக்கான உயிரணுக்களுக்குப் புத்துயிர் அளிக்கிறது.

அந்தக் கண்களைப் பார்த்ததுமே மனதுக்குள் ஓர் எழுச்சி, உற்சாகம், தன்னம்பிக்கை, சுதந்திரம். வார்த்தைக்கு

வசப்படாத எத்தனையோ உணர்ச்சிகளை இன்னும் சொல்லிக்கொண்டே போகலாம்.

அதில் தெறிக்கும் வசீகரம், அதில் சுடர்விடும் விடுதலைக்கான பேரொளி... இப்படியான ஒளியும் பார்வையும் தனிப்பட்ட ஒருவனுக்கு வெறுமனே, செயற்கையாகக் கிடைக்க வாய்ப்பில்லை.

உள்ளத்தால் உயர்ந்த நிலையை எவன் ஒருவன் அடைகிறானோ, அவனுள் பற்றி எரியும் அளவீடற்ற ஆன்ம நெருப்பு அவனையும் மீறிக் கண்களில் வெளிப்படுகிறது.

சே குவாராவின் விழிகளில் இப்படித் தெரியும் ஒளியை விவரிக்க முற்படும்போது சிலுவையில் அறையப்பட்டுக் கிடந்த யேசுவை நினைவுபடுத்திக்கொள்ளாமல் இருக்க முடியவில்லை. சமூகத்தின் பால், சக மனிதர்களின் பால் அக்கறை கொண்டவனுக்கு யேசுவும் சே குவாராவும் வேறு வேறில்லை.

சே குவாரா கொல்லப்பட்ட சில நொடிகளுக்குப்பின் எடுக்கப்பட்ட புகைப்படத்தைக் குறித்து தனது நூலில், ஜார்ஜ் ஜி. காஸ்ட நாடா, 'அப்போது அவர் வாலேகிராண்டாவின் யேசுவாக மாறி இருந்தார்' என்றே குறிப்பிடுகிறார்.

திறந்துகிடந்த விழி வழியாகப் பீறிட்டு எழுந்த அதி உன்னத ஒளியைப்பற்றி அவர் விவரிக்கிறார்:

'மரணத்தின் மீதான அவரது வேட்கையை வெளிப்படுத்தும் அந்தப் பார்வை, தன்னைக் கொன்றவர்களை மன்னிப்பதைப் போல் இருக்கிறது.'

அவர் மட்டுமல்ல அந்தக் கணத்தில் அங்கு சூழ்ந்திருந்தவர்களும் அவரது கண்களைப்பற்றியோ அதில் இரண்டு நட்சத்திரங்கள் இடையறாமல் மின்னிக்கொண்டிருந்ததைக் கண்டதாகவோ திரும்பத் திரும்பக் கூறினார்கள். தான் இங்கு விதையாகக் கிடத்தப்பட்டு இருக்கிறோம் என்ற பேருணர்வின் மிச்ச ஒளியாக ஒருவேளை அது இருக்கலாம்.

அப்படிப்பட்ட புனித மரணம் எப்படி நிகழ்ந்தது?

சே குவாரா அப்படி என்ன செய்தார்?

அமெரிக்க உளவு நிறுவனமான சி.ஐ.ஏ. எதற்காக அவரை வேட்டையாட வேண்டும்?

2

இந்தப் பூமியில் கணந்தோறும் ஆயிரக் கணக்கானவர்கள் பிறந்து கொண்டே தான் இருக்கின்றனர். அனைத்து பிறப்புகளுமே சரித்திரம் ஆவதில்லை. ஆயிரத்தில், லட்சத்தில், கோடியில் ஒன்றுதான் சரித்திரத்தின் கசப்பை நாவில் தேக்கியபடி பூமியில் பிறக்கிறது. அப்படிப் பிறக்கும் குழந்தை பெற்றோரையும் தன் வீட்டையும், அந்த நாட்டையும், அந்த நாளையும் சேர்த்து வரலாற்றின் பக்கங்களில் பதியவைத்தபடி பிறக்கிறது.

அப்படி வரலாறாக மாறிப்போன தினம் — 1928, ஜூன் 16...

வரலாற்றில் இடம் பதித்த பெருமைக்கு உரிய தேசம் தென் அமெரிக்கக் கண்டத்தின் பணக்கார நாடான அர்ஜென்டினா. அந்த நாட்டின் ரொசாரியோ எனும் நகரில், ஒரு வீட்டில் அன்று கூரைகளில் சிறிய மின் விளக்குகள் மினுக்கின.

அப்போது தான் பிறந்த ஓர் ஆண் குழந்தையின் சத்தமும், உடன் பெற்றோரின் சந்தோஷச் சிரிப்பொலியும் வீட்டில் கேட்டன. அந்த ஸ்பானிய — ஐரிஷ் கலப்பு தம்பதியில்

கணவனின் பெயர் எர்னஸ்டோ குவாரா லின்ச். மனைவியின் பெயர் செலியா டிலா செர்னா.

நிலவுடைமை வம்சத்தைச் சேர்ந்த அந்தத் தம்பதி, தங்களுடைய இருவரின் பெயரையும் இணைத்து, ஒரு ரயில் தொடர்வண்டி போல நீளமாக 'எர்னஸ்டோ குவாரா டிலா செர்னா' என குழந்தைக்குப் பெயரிட்டனர். ஆனால், பின்னாட்களில் கியூபா மக்களின் பாச மொழியில், அந்தப் பெயர் சுருக்கப்பட்டு, சகா, தோழன் எனப் பொருள்படும் வகையில், 'சே' என ஒற்றைச் சொல்லில் அவர் கம்பீரமாக விளிக்கப்பட்டதே வரலாறு!

சே குவாராவின் ஐரிஷ் இனத்தைச் சேர்ந்த மூதாதையர்கள் ஸ்பெயினைச் சேர்ந்தவர்கள். அப்போது அர்ஜென்டினா ஸ்பெயினின் ஆதிக்கத்தில் இருந்ததால் சே குவாராவின். பாட்டனார் ஆளுநராக அங்கே பதவி ஏற்க குடும்பத்துடன் அர்ஜென்டினாவுக்குக் குடி பெயர்ந்தார். அதன் பின் அவருடைய பரம்பரை அங்கேயே வசித்தனர். வெறுமனே வந்தேறிகளாக அல்லாமல் குடியமர்ந்த மண்ணையும் மக்களையும் மதித்து நாளடைவில் அவர்களுடைய வாழ்க்கையோடு ஒன்றாகினர்.

வசதிமிக்க குடும்பத்தினராக இருந்தாலும் சே குவாராவின் பாட்டி பகுத்தறிவுக் காரியங்களிலும், கிராமப்புற சங்கங்களை உருவாக்கி மாறுதல்களை முன்னெடுத்துச் செல்வதிலும் தீவிரமாக ஈடுபட்டார். சே குவாராவின் தந்தையும் தன் நிலவுடமைப் பெருமைகளைத் தம்பட்டம் அடிக்காமல் சக மனிதர்களை மதித்து, வர்க்க பேதம் இல்லாமல் நடந்து கொண்டார்.

சே குவாராவின் தாயார் செலியாவின் பின்புலமும் சளைத்ததல்ல. சே குவாராவின் எதிர்கால செயல்பாட்டுக்கான ஆதார வித்து அவரது தாயிடமிருந்து பெற்றது எனக்கூடச் சொல்லலாம். ஸ்பானிய வம்சாவழியைச் சேர்ந்த செலியா கத்தோலிக்க மதத்தைச் சேர்ந்தவராக இருந்தாலும் ஒரு சோஷலிஸ்டாக மாறி, எதிர்ப்புமிக்க பெண்ணியவாதியாக வளர்ந்தவர்.

அதற்கு மூல காரணமாக இருந்தவர் அவரது சகோதரி. எதிர்ப்பும் போராட்ட உணர்வும் இயல்பில் ஊறிக்கிடந்த ரெலியா தன் இருபதாவது வயதிலேயே பெண்கள்

அஜயன் பாலா

போராட்டங்களில் பங்கேற்று வழி நடத்திச் சென்றவர். தன் வீட்டிலும் அதற்கான கூட்டங்களை நடத்தியவர். திருமணத்துக்குப் பிறகும், சே குவாரா பிறந்து, வளர்ந்த பிறகும் தன் சுய அடையாளத்தை எதன் பொருட்டும் இழக்காமல் தனித் தன்மையுடன் வாழ்ந்தவர்.

சே குவாரா பிறந்த கையோடு தந்தை எர்னஸ்டோ தன் குடும்பத்தை பியூனஸ் அயர்ஸ் பக்கத்தில் உள்ள ஸான் இசித்ரோ எனும் இடத்துக்கு மாற்றினார். அங்கு கப்பல் கட்டும் தொழிலில் பொறியாளராக அவருக்கு வேலை கிடைத்ததுதான் காரணம்.

கணவன் வேலைக்குச் சென்றதும் எவ்வளவு நேரம்தான் செலியாவும் வீட்டில் முடங்கிக் கிடப்பார். இரண்டே வயதான சே குவாராவையும் அழைத்துக்கொண்டு கணவன் வேலை செய்த இடத்துக்குச் செல்வார்.

நீச்சல் அவருக்குப் பிடித்த பொழுது போக்கு. அருகிலேயே ப்ளாட் நதி. ஒரு மாலைப் பொழுதில் நடுங்கும் குளிரான நதி நீரில் தன் குழந்தையை நீராட்ட, ஈர உடையில் கிடுகிடுத்துக்கிடந்த குழந்தையின் நுரையீரலை நிமோனியா நோய் தாக்கியது. அந்தச் சம்பவம் பின்னாளில் சே குவாராவின் வாழ்க்கை முழுவதும் ஆஸ்துமா எனும் தீராத நோயாக மாறப்போகிறது என்பது அப்போது அவருக்குத் தெரியவில்லை. வாழ்நாள் முழுவதும் அந்த நோய் சே குவாராவை உருக்குலைத்தது. பின்னாளில் போர்க் காலங்களில் காடுகளிலும் மலைகளிலும் சுற்றித் திரிந்தபோது ஆஸ்துமாவால் அவர் பட்ட வேதனை கொஞ்ச நஞ்சம் அல்ல.

வேறொரு வகையில் சே குவாராவுக்கு ஆஸ்துமா ஒரு பரிசு என்று கருதலாம். உளவியல்ரீதியாகப் பார்க்கும்போது, சிறு வயதில் தன்னைப் பீடித்த அந்தக் கொடிய நோயின் மன வேதனையிலிருந்து தன்னைக் காத்துக்கொள்ளும் விதமாகவே, அசாத்திய வீரனாகவும் கட்டற்ற ஆற்றல் கொண்டவனாகவும் தன்னைக் கற்பனை செய்து கொள்ள ஆஸ்துமா தூண்டி இருக்குமோ என்றுகூடத் தோன்றுகிறது. ஏனெனில், சே குவாராவின் எல்லாத் தகுதிகளையும் பின்னாலிருந்து செயல்படுத்தியது அவரது கட்டற்ற ஆற்றல்தான்.

அதுதான் முரட்டுத்தனமான ரக்பி விளையாட்டில் அவரை சிறுவயதில் ஈடுபடுத்தியது. ஆடுகளத்தில் பின்னிருந்து ஆடும் தடுப்பு ஆட்டக்காரனாகவே பெரும்பாலும் விளையாடுவார் சே குவாரா. பிற்காலத்தில் தான் மேற்கொண்ட கொரில்லா யுத்தத்தில், எதிரிகளைத் தன்னிச்சையாக செயல்படவைத்து, அவர்கள் வலுவிழக்கும் தருணத்தில் கண்மூடித்தனமாகத் தாக்கி முற்றாக நிலை குலையவைக்கும் தந்திரத்துக்கு இந்த விளையாட்டே அவருக்குப் பெரும் முன்னோட்டமோ என்றும் எண்ணத் தோன்றுகிறது.

ஆச்சர்யமாக சிறு வயதிலிருந்தே அவருக்குப் பிடித்த மற்றொரு விளையாட்டு சதுரங்கம். அதுவும் எதிரிகளை வீழ்த்தும் இதே தந்திரங்களைக் கொண்டிருந்தது. பிற்காலத்தில் போர்க்களத்துக்குத் தேவையான மன இயக்கத்தை, இப்படியாக சிறு வயதிலிருந்து அவருக்கே தெரியாமல் சூழ்நிலைகள் உருவாக்கித் தந்து இருக்கின்றன.

அந்தக் கால கட்டத்தில் தந்தை எர்னஸ்டோ கட்டடத் தொழிலில் ஈடுபட்டு இருந்தார். மூத்த மகனான சே குவாராவைத் தொடர்ந்து எர்னஸ்டோவுக்கும் செலியாவுக்கும் இன்னும் நான்கு குழந்தைகள் பிறந்தனர். இரண்டு பெண் குழந்தைகள். செலியா, மரியா. இரண்டு ஆண் குழந்தைகள். ராபர்ட்டோ, யுவான் மார்டின்.

அடிப்படையில் உல்லாசியான சே குவாராவின் தந்தைக்கு தெருவுக்கு தெரு காதலிகள். நான்கு குழந்தைகளுக்குப்பின் செலியாவும் தளர்ந்துவிட எர்னஸ்டோவின் காதல் வேட்டை கட்டவிழ்த்த காளையாக மாறியது. இத்தனைக்கும் வேலை நிமித்தமாக அவர் குடும்பம் இடம் பெயர்ந்து கொண்டே இருந்தது.

இருந்தாலும் எர்னஸ்டோவுக்குப் புதுப் புது காதலிகள் முளைத்துக்கொண்டே இருந்தனர். இதனால் அவருக்கும் மனைவிக்கும் தொடர்ந்து பூசலும் பிரச்னையும் எழுந்தன. இதனாலேயே செலியா சில காலம் குழந்தைகளுடன் கணவனை விட்டுத் தனியாகப் பிரிந்து வாழ்ந்தார்.

கோர்டபாவில் எர்னஸ்டோவின் வீட்டைச் சுற்றி எண்ணற்ற கூலித் தொழிலாளிகளின் ஏழை வீடுகள் இருந்தன. அவை, அட்டைகளாலும் தகரங்களாலும் நிர்மாணிக்கப்பட்ட

அஜயன் பாலா ✠ 17

குடிசைகள். அந்த வீடுகளில் இருந்த குழந்தைகள்தான் சே குவாராவின் விளையாட்டுத் தோழர்கள். சே குவாராவிடம் இயல்பாகவே ஒரு தலைமைப் பண்பு இருந்தது.

எந்தக் கவலையும் இல்லாமல் அவர்களுடன் விளையாடிப் பொழுதைக் கழிப்பார் சே குவாரா. மாலையில் மீண்டும் தன் பணக்கார வீட்டுக்குத் திரும்பியதும், பகல் முழுவதும் பார்த்த ஏழைச் சிறுவர்களின் வாழ்வைத் தன் வீட்டுச் சூழலுடன் ஒப்பிட்டுப் பார்ப்பார். அந்தக் குழந்தைகளின் ஏழ்மை அவரைச் சங்கடப்படுத்தியது. தனக்கும் அவர்களுக்குமான இடைவெளிக்கான காரணம் என்ன, அதை எப்படித் தன்னால் சமப்படுத்த முடியும் என்பதைக் குறித்து அந்தப் பிஞ்சு இதயம் யோசித்திருக்கக் கூடும்.

இப்படியெல்லாம் சிந்தனை வயப்பட்ட ஒருவரால் மட்டுமே, வாழ்க்கைக்கான விளக்க உரை எழுத, பின்னாட்களில் தன் வாழ்க்கையையே அர்ப்பணிக்க முடியும்.

3

ஒரு வீரனாக உலகையே வியக்கவைத்த சே குவாரா ஒரு மாணவனாக சிறு வயதில் அப்படி ஒன்றும் பிரகாசிக்கவில்லை. அவரது ஆங்கிலப் புலமையைப்பற்றி சொல்லவே வேண்டாம். அவரது முதல் எதிரியான ஆஸ்துமா சிறு வயதிலேயே அவரைக் கடுமையாகத் தாக்கியதால் கணிதம், அறிவியல் போன்ற பாடங்களில் அவரது மதிப்பெண்கள் மிக மிக மோசம்.

அதே போல் இசை மற்றும் நடனம் என்றாலே சே குவாராவுக்குக் கால்கள் நடுங்கும். இதனாலேயே கல்லூரிக் காலத்தில் இளம் பெண்களுடன் பழகுவதைக் கூச்சத்துடன் தவிர்த்தார். எங்கே அவர்கள் தன்னை நடனமாட அழைத்துவிடுவார்களோ என்ற பயம்தான் அதற்குக் காரணம். ஆனாலும் இலக்கியம், தத்துவம் என்றால் அவரது இதயம் துள்ளி குதிக்கும்.

நோபல் பரிசு பெற்ற இலக்கியங்களை சிறு பருவத்திலேயே அவர் தேடிப் பிடித்து வாசித்தார். அப்போதே கவிதை எழுதுவதில் ஆர்வமுடையவராக இருந்தார். வளர் இளம் பருவத்தில் பாப்லோ நெருடாவின் வார்த்தை அலைகள், சே குவாராவின் இதயத்தை மிகவும்

பரவசப்படுத்தின. நெருடாவின் பெரும்பாலான கவிதைகளை மனப்பாடமாக ஒப்பிக்கும் அளவுக்கு ஈடுபாடு. ஜாக் லாண்டன், எமிலியோ சல்காரி, ஜூல்ஸ் வெர்ன், சிக்மண்ட் ஃப்ராய்ட், பெர்ட்ரண்ட் ரஸ்ஸல் போன்றவர்களைத் தன் கல்லூரிப் படிப்பின் துவக்க நாட்களுக்குள்ளேயே வாசித்திருந்தார்.

எழுத்தாளராக வேண்டும் என்ற கனவு அவரிடம் கனன்று கொண்டு இருந்ததால், தன்னைச் சுற்றியுள்ள அனைத்தையும் தொகுப்பாக்கி, பின் பகுத்துப் பார்க்கும் தன்மையும் அவரிடம் இருந்தது. பிறப்பில் ஐரோப்பிய ஸ்பானிய இனத்தைச் சேர்ந்தவராக இருந்ததால் சே குவாராவின் நடவடிக்கைகளில் ஒரு கட்டுப்பாடும் ஒழுக்கமும் இருந்தன. புரட்சியாளராக அவர் பின்னாளில் உருவெடுத்தபோது கட்டற்ற ஆற்றலைக் கட்டுப்படுத்திக்கொண்டு திட்டம் போட்டு ஒரு பாதையில் தன்னை நெறிப்படுத்திக்கொள்ள, இது பெரிதும் உதவியாக இருந்தது.

துவக்க கால சே குவாரா எப்படி இருந்தார் என்பதை நாம் புரிந்து கொள்ள அவரது சிறு வயது சம்பவம் ஒன்று...

அப்போது அவரது வீட்டுக்கு அருகே உடல் ஊனமுற்ற ஒருவன் வசித்து வந்தான். அவனுடைய வீடும் அங்கிருந்த ஏனைய ஏழை மக்களுடையதைப் போலவே தகரத்தாலும் அட்டைப் பெட்டியாலும் வடிவம் கொண்டிருந்தது. இரண்டு நாய்கள் இழுத்துச் செல்லும் சிறு பலகையின் மீது அமர்ந்தபடி அவன் ஊரை வலம் வந்ததால் அனைவரும் அவனை நாய்களின் மனிதன் என்றே அழைத்து வந்தனர். நாய்களை சாட்டையால் அடிக்க அவை ஊளையிட்டுக் கதறிக்கொண்டே வேகமாக அவனை இழுத்துச் செல்லும். அந்த பகுதி சிறுவர்களுக்கு இது ஒரு வேடிக்கை.

நாய்களின் மனிதனை சீண்டுவதும் அவனைக் கோபம் அடையச் செய்வதும் அவர்களுக்கு உற்சாகமான பொழுதுபோக்கு. ஒரு நாள் நாய்களின் மனிதனை சிறுவர்கள் ஒன்று கூடிக் கல்லால் அடித்துத் துன்புறுத்தினர். அந்த சமயம் அங்கு சென்ற சிறுவனான சே குவாரா, நாய்களின் மனிதனை சிறுவர்களின் துன்புறுத்தலில் இருந்து காப்பாற்றினான். ஆனால், அதற்கு அந்த நாய்களின்

மனிதனோ சே குவாராவுக்கு நன்றி எதுவும் கூறாமல், அவனுடைய பணக்காரத்தனமும் தன் நிலைமைக்கு ஒரு காரணம் என்று கடுமையாகத் திட்டினான். சிறுவனான சே குவாராவுக்கு இது அதிர்ச்சியையும் ஆச்சர்யத்தையும் அளித்தன. தன்னைத் துன்புறுத்திய சிறுவர்களைவிட தன் பணக்கார வாழ்க்கையின் மீதான கோபம் அவரை மிகவும் பாதித்தது.

உயர்நிலைப் பள்ளியில் அவரது நெருங்கிய நண்பர்களாக இருந்தவர்கள் இரண்டு சகோதரர்கள். அதில் ஒருவன்தான் ஆல்பர்ட்டோ கிரானடோ. பிற்பாடு சே குவாராவின் வரலாற்றுச் சிறப்புமிக்க, திரும்பவே வழி இல்லாத மோட்டார் சைக்கிள் பயணத்தில் அவரோடு பயணித்த சகா. இருவருக்கும் இடையிலான நட்புக்குப் பல காரணங்கள் இருந்தன. இலக்கியம், புத்தகம், பயணம் ஆகியவற்றின்

மீதான அளவற்ற காதல். இருவரும் ரகசியமாக சிரித்துப் பழக எதிர்ப்படும் அழகான இளம் பெண்களின் மீதான சிறு மையல்.

விடுமுறையில் சே குவாரா பெரும்பாலும் நண்பர்களின் வீட்டில்தான் பொழுதைக் கழிப்பார். ஒரு முறை அப்போதைய பெரானிய அரசுக்கு எதிராக மாணவர்கள் நடத்திய போராட்டத்தில் கலந்து கொண்ட ஆல்பர்ட்டோ கிரானடோ போலீஸால் கைது செய்யப்பட்டார்.

நண்பர்களுடன் சே குவாரா கிரானடோவை சிறையில் பார்க்கச் சென்றபோது அவர், "என்னை விடுவிக்க நீங்கள் மிகப் பெரிய போராட்டம் நடத்த வேண்டும்" எனக் கூறியிருக்கிறார்.

அதற்கு சே குவாரா, "போராட்டமா? துப்பாக்கி இல்லாமல் என்னால் அதை எப்படி நிகழ்த்த முடியும்?" எனக் கேட்டு இருக்கிறார்.

உண்மையில் அந்தப் போராட்டத்துக்கு துப்பாக்கி ஒன்றும் அவசியமில்லை. ஆனாலும் அவரது இதயத்துக்கும் ஆயுதங்களுக்கும் இடையிலான ஈர்ப்பு தெரிகிறது. எதிர்வரும் போராட்ட காலத்தை எதிர் நோக்கி காத்திருக்கும் அவரது உறக்க நிலை போர்க்குணத்துக்கான முன்னறிவிப்பாக அதைப் பார்க்க முடிகிறது.

பள்ளிப் படிப்பை முடித்த பிறகு, மருத்துவப் படிப்பை சே குவாரா தேர்ந்து எடுத்ததற்குப் பல காரணங்கள் உண்டு. தன் பாட்டி இறப்பதற்குக் காரணமாக இருந்த புற்றுநோய்க்கு மாற்று மருந்து கண்டு பிடிக்கும் பொருட்டு மருத்துவம் பயின்றார் என்பதும் அவற்றில் ஒன்று. தனது மருத்துவப் படிப்புக் காலத்தில் சே குவாரா வசந்தத்தின் உச்சத்தில் இருந்தார். கைகளை விரித்து உற்சாகக் குரல் எழுப்பி, நாயகனாக நண்பர்களிடம் வலம் வந்தார்.

எல்லா இளைஞர்களையும் போல பருவ காலத்தில் அவரது கண்களை மோட்டார் பைக்குகளும் இளம் பெண்களும் அதிகமாகச் சுண்டி இழுத்தன. அப்போது புரட்சியின் சிறு நிழல்கூட அவரின் மேல் விழுந்திருக்கவில்லை. புத்தக வாசிப்பு, நண்பர்கள், விளையாட்டு என அவரது உலகம் உல்லாசமாக இருந்தது. தன் நண்பர்களைச் சந்திக்க,

பியூனஸ் அயர்ஸிலிருந்து 78 கி.மீ. தொலைவில் இருந்த கோர்பா நகரத்துக்கு அடிக்கடிப் பயணித்தார். அந்தக் காலத்தில் அவரது வசீகரம், உயர் அழுத்த மின்சாரம் போல பெண்களின் இதயங்களைப் படபடக்க வைத்தது.

சிரிப்பும், கட்டற்ற சுதந்திரத்தைப் பறை சாற்றும் பின் தள்ளப்பட்ட கேசமும், அசிரத்தையான உடைகளும், அதிகாரத்தைக் கேலி செய்யும் பாவனைகளுமாக எதற்கும் வசப்படாத வித்தியாசமான தோற்றத்தில் வலம் வந்தார் சே குவாரா! அவர் இருந்தும், இறந்தும் பெற்ற எல்லாப் பெருமைகளுக்கும், அவரது இந்தக் கட்டற்ற வசீகரமும் ஒரு காரணம். புறத் தோற்றத்தைத் தாண்டி அவரது கண்ணில் பிரகாசித்த ஒளிக்கு அவரது ஆன்ம விசாலமே காரணமாக இருந்தது.

இப்படியான ஒரு வசீகர இளைஞனை வழியில், வீதியில், நாற்புறச் சாலையில், கல்லூரியில் கண்டால் எந்தப் பெண்ணின் இதயம்தான் தடுமாறாமல் போகும். அப்படி ஒரு நாள் தடுமாறி நின்றாள் மரியா டெல் கார்மன். அவளை அனைவரும் சுருக்கமாக சிச்சினா என்றே அழைத்தனர். காதலுக்குப் பின்னால் இருக்கும் வயதைச் சேர்ந்த உணர்வு அவர்களுக்குப் பிற்பாடு கல்லூரி காலத்தில்தான் தோன்றியது என்றாலும் அவர்களுடைய முதல் சந்திப்பு பள்ளிப் பருவத்திலேயே ஏற்பட்டுவிட்டது.

அந்தப் பருவத்தில் ஆல்பர்ட்டோ கிரானடோவின் தோழியாக அல்லது குடும்ப நண்பரின் மகளாகத்தான் அறிமுகமாகி இருந்தாள். மூவருமே சம வயது. துவக்கத்தில் இருவருக்கும் இடையில் நட்பு மட்டுமே இருந்தது. சே குவாரா, சிச்சினாவுடன் சட்டென காதலில் விழுந்து விடவில்லை. இருமல் காதல் என ஆங்கிலத்தில் வர்ணிக்கப்படும் குட்டிக் குட்டிக் காதல் அவருக்கு அப்போது அனேகம் இருந்தன. அதில் ஓர் உறவு கொஞ்சம் விபரீதமானதுகூட. காரணம் அந்தப் பெண் அவருடைய சம வயதுச் சித்தி!

அவரது அம்மாவின் சம வயதுத் தங்கையுடனும் காதல் இருந்ததாக சொல்லப்படுகிறது. அந்த சமயத்தில் சே குவாராவின் அம்மாவும் அப்பாவும் பிரிந்திருந்தனர். சே குவாராவின் தந்தை இரண்டாம் திருமணம் செய்து கொண்டு அவளுடன் அவள் வீட்டிலேயே பழியாகக்

கிடந்ததால் சே குவாராவும் அவரது அம்மாவும் தனியாகத் தங்கி இருந்தனர்.

அப்போது அம்மாவின் குடும்பத்தினருடன் சே குவாரா நெருங்கி வாழ நேர்ந்த போது தவிர்க்கவே முடியாமல் இருவருக்குள்ளும் சில காலத்துக்கு மட்டும் ஒரு குட்டிக் காதல் தோன்றி மறைந்தது. இதனால் சே குவாரா பெரும் குழப்ப நிலையில் திரிந்து அலைந்த காலத்தில்தான் மழை காலத்தில் களத்து மேட்டில் முளைக்கும் பயிரைப் போல சிச்சினாவுக்கும் அவருக்கும் காதல் இயல்பாக முளைவிட்டது.

1950 அக்டோபர் மாதம். சே குவாரா அப்போது மருத்துவப் படிப்பில் கல்லூரிக்கும் நண்பர்களின் வீட்டுக்குமாக அலைந்து கொண்டிருந்த காலம். ஒரு நாள் கோர்டபாவில் அவர்களது நண்பரான கார்மன் ஆகுவி ஒலர் என்பவரின் திருமணம். அதற்கு சே குவாராவும் சிச்சினாவும் தனித்தனியாக நண்பர்களுடன் வந்து கலந்து கொண்டனர். கேளிக்கையும் கூச்சலுமாக இருந்த சூழல்.

மாடியிலிருந்து இறங்கிய சே குவாராவின் பரவசமூட்டும் குரலைக் கேட்டு சிச்சினா திரும்பினாள். அலட்சிய தோரணையுடன் வசீகரச் சிரிப்புடன் நண்பர்களுடன் இறங்கிக்கொண்டிருந்த சே குவாராவைப் பார்த்த மாத்திரத்தில் காதல் ஒரு மேகம் போல் அவளது மனசுக்குள் நுழைந்தது. அதற்குமுன் சிச்சினா சிறு வயதிலிருந்து சே குவாராவைப் பல முறை பார்த்திருந்தாலும் அன்று என்னவோ முற்றிலும் புதிய அனுபவமாக இருந்தது.

அன்று மாலை சே குவாராவுடன் பேசிய சிச்சினாவின் குரலில், கண்களில் காதல் ஊஞ்சலாடுவதை கண்டதும் சே குவாராவுக்குள்ளும் அது கொடியாகப் பற்றிப் படர்ந்தது. இரவு முழுவதும் இருவரும் தாங்கள் படித்த புத்தகங்களைப்பற்றியே பேசிக்கொண்டிருந்தனர். அடுத்த சில நாட்களிலேயே சே குவாராவிடமிருந்து சிச்சினாவுக்கு ஒரு கடிதம். அதன் முதல் வரி, ‘அந்தப் பச்சை நிற விழிகளில் நான் என்னை முழுவதுமாக இழந்துவிட்டேன்.’ பிறகு குறுகிய காலத்திலேயே இருவரும் நேவியாக்களாக — கல்யாணம் செய்து கொள்ளப்போகும் ஜோடியாக மாறினர்.

ஆனால், தனக்குள் பயணம் செய்யும் வெறி அதிகமாக

இருந்ததால் சே குவாராவுக்கு கூடவே ஒரு பயமும் இருந்தது. உலகம் முழுவதும் சுற்ற வேண்டும். அதன் மூலம் பூரண சுதந்திரக் காற்றை முழுவதுமாக உள்ளிழுத்து ஆன்மாவுக்குத் தீனி போட வேண்டும் என்ற வெறி இருந்தது. திருமணத்தால் இந்த லட்சியப் பயணம் தடைப்படுமோ என்றும் நினைத்தார்.

இது குறித்து சிச்சினாவிடமும் அடிக்கடிப் பகிர்ந்து கொண்டார். இருவருடைய உறவில் உண்டான விரிசலுக்கு முதல் காரணம் இதுதான் என்றும் சொல்லலாம். இன்னொரு காரணமும் இருந்தது. அது வர்க்கம். சே குவாராவும் உயர் குலத்தைச் சேர்ந்தவராக இருந்தாலும் அழுக்கான, ஒழுங்கற்ற அவரது உடை, கலைந்த, வாரப்படாத முடி ஆகியவை சிச்சினாவின் உயர் குடி மேனாமினுக்கி உறவினர் மத்தியில் முகச் சுளிப்பை உண்டாக்கின.

சிச்சினா இது குறித்து சே குவாராவிடம் பேச, அது இருவருக்கும் இடையே இடைவெளியை உறுதிப்படுத்தியது. இதைத் தொடர்ந்து சே குவாராவின் உயிர் நண்பன் ஆல்பர்ட்டோ கிரானடோ தூண்டிவிட்ட ஓர் ஆலோசனை சிச்சினா, சே குவாரா காதல் முறிவுக்கு நிரந்தரக் காரணமானது. அதுதான் சே குவாராவின் புகழ்பெற்ற மோட்டார் சைக்கிள் பயணம். உண்மையில் இருவரும் பிரிய அது காரணம் இல்லை. அன்று சே குவாராவைச் சுற்றியிருந்த பல மனப் பிரச்னைகளுக்கு அந்தப் பயணம் பெரும் தீர்வாக அமைந்துவிட்டது.

4

மருத்துவப் படிப்பு இன்னும் முழுமையாக முடியாத நிலையில், 1951—ல் சே குவாராவுக்கும் ஆல்பர்ட்டோ கிரானடோவுக்கும் ஒரு வித்தியாசமான ஆசை தோன்றியது. ஆல்பர்ட்டோ உயிர் வேதியியல் மாணவர். உண்மையில் அந்தப் பயணத்தின் துவக்கப் புள்ளி ஆல்பர்ட்டோதான்.

அது ஓர் அக்டோபர் மாதத்தின் பிரகாசமான பின் மதியப் பொழுது. வேனிற் கால இளந்தளிர்கள் ஆல்பர்ட்டோவின் வீட்டு முற்றத்தில் திராட்சைக் கொடிகளுடன் பின்னிக் கொண்டிருந்த நேரம். வழக்கம் போல மரம் ஒன்றில் சாய்ந்து கொண்டு தங்களுக்குப் பிரியமான மதுவைத் தன் சகோதரர்களுடன் அருந்திகொண்டிருந்த கிரானடோ திடீரென கூச்சலிட்டான். சகோதரர்கள் இருவரும் அவனை ஆச்சர்யத்துடன் பார்த்தனர்.

"இனி ஒருக்காலும் இந்த ஈனத்தனமான காரியத்தை என்னால் தொடர முடியாது."

"என்ன கிரானடோ? எது அந்த ஈனத்தனம்?"

"காசு இருக்கிறதா என சோதனை பண்ணிய பிறகு மருத்துவம் பார்க்கும் ஈனத்தனம்?"

"பின் என்ன செய்யப்போகிறாய்?"

"என் உள்ளுணர்வின் கட்டளைப்படி செயல் படப் போகிறேன்."

"அப்படியா? அது என்ன கட்டளையிடுகிறது?"

"ஊர் சுற்றச் சொல்கிறது. தென் அமெரிக்கக் கண்டம் முழுவதும் சுற்றித் தொழுநோயாளிகளை சந்தித்து இலவசமாக அவர்களுக்கு சேவை செய்யச் சொல்கிறது" எனக் கூவியவன் எதிரே தார்ப்பாயை விலக்கித் தன் பைக்கின் மேலிருந்த தூசியைப் பிரியத்துடன் தடவினான்.

"நீ மட்டுமா?"

"அதெப்படி? என் நண்பன் ப்யூரருடன்." சே குவாராவை ஆல்பர்ட்டோ அப்படித்தான் அழைப்பான்.

"அவனிடம் சம்மதம் பெற்றுவிட்டாயா?"

"இல்லை. ஆனால், ஒப்புக்கொள்வான்."

தன் சகோதரர்களுக்கு இப்படி ஒரு பதிலைக் கூறி அப்போதைக்கு ஆல்பர்ட்டோ சமாளித்தாலும் உள்ளத்தில் கொஞ்சம் சந்தேகம் ஊஞ்சலாடியது. மருத்துவர் பெலானியின் கீழ்ப் பயிற்சி எடுப்பதன் மூலம் எதிர்காலத்தில் மிகப் பெரிய மருத்துவராகும் வாய்ப்பு நிறைந்த சே குவாரா தன்னோடு இந்த நீண்ட பயணத்துக்கு வருவானா?

அடுத்த சில நாட்களில் அந்த சந்தேகம் தகர்த்து எறியப்பட்டது. அன்று சொல்லிவைத்தாற் போல் சே குவாரா, பெலாங் நகரில் இருந்த தன் காதலி சிச்சினாவின் வீட்டுக்குச் சென்றுவிட்டு திரும்பும் வழியில் மூன்று சகோதர நண்பர்களின் வீட்டுக்குள் உற்சாகத்துடன் நுழைந்தான்.

நண்பனைப் பார்த்தவுடன் ஆல்பர்ட்டோ, "ப்யூரர்" எனக் கூச்சலிட்டபடி ஓடி வந்து சே குவாராவின் தோளைப் பற்றினான்.

"உனக்கு எதிர்காலத்தில் மருத்துவராக வேண்டுமென ஆசையா? அல்லது மனிதனாக வாழ ஆசையா?"

கேள்வியை ஆல்பர்ட்டோ முடிக்குமுன் சே குவாராவிடமிருந்து பதில் தோட்டா வேகத்தில் சீறியது.

"உனக்குத் தெரியாதா? சம்பாதிக்கக் கிடைத்த வாய்ப்பாக மருத்துவத்தை என்னால் ஒருநாளும் கருத முடியாது.

நான் சுதந்திர விரும்பி. எந்தத் தருணத்திலும் எதற்கும் அடிமையாகாதவன்" எனக் கூறிவிட்டு வழக்கமான உற்சாகத்தில் சே குவாரா துள்ளிக் குதிக்க, ஆல்பர்ட்டோவின் முகத்தில் மகிழ்ச்சி பொங்கியது. அடுத்த நொடி ஆல்பர்ட்டோ, நண்பனிடம் தன் பயணத்தைக் குறித்து விவரிக்க விவரிக்க இருவருடைய மனங்களிலும் வரைபடங்களும் பல்வேறு தேசங்களின் நதிகளும் பள்ளத்தாக்குகளும் தொழுநோயாளிகளும் விரிந்தனர்.

அந்தக் கணத்திலிருந்து இருவருக்குள்ளும் பரபரப்பு தொற்றிக் கொண்டது. அது பயணத்துக்கான துவக்கப் பரபரப்பு மட்டுமல்ல, எதிர்கொள்ளப்போகும் உலக வரலாற்றில் முக்கியமான தருணத்துக்கானதுகூட. சே குவாராவின் வரலாற்றுத் தொடர் நிகழ்வின் துவக்கப் புள்ளித் தருணமாகக்கூட அதைக் கருதலாம்.

அந்தப் பயணம்தான் சே குவாராவின் வரலாற்றில் உன்னதமான பொக்கிஷமாக, பிற்காலத்தில் முக்கிய அங்கமாக ஆன மோட்டார் சைக்கிள் பயணம். இந்தப் பயணத்தின்போது ஆல்பர்ட்டோ எழுதிய டைரிக் குறிப்புகள் 'மோட்டார் சைக்கிள் டைரி' என்ற பெயரில் புத்தகமாக வந்து உலகம் எங்கும் பல மொழிகளில் வெளியாகிப் பெரும் வரவேற்பைப் பெற்றது.

பிற்பாடு இந்த டைரியை அடிப்படையாகக் கொண்டு எடுக்கப் பட்ட திரைப்படம் ஒன்று உலக சினிமா ரசிகர்களால் மிகவும் கொண்டாடப்பட்டு வருகிறது.

புகழ்பெற்ற அந்த மோட்டார் சைக்கிள் பயணம் துவங்கிய கணம் சே குவாராவின் வாழ்க்கையில் ஏற்பட்ட முக்கியமான தருணம். ஓடு பாதையிலிருந்து ஒரு விமானம் ஆகாயத்துக்கு எழும்பிய தருணமாக சே குவாராவின் வாழ்வில் அதைக் கொள்ளலாம். காதல் உண்டாக்கிய அவரது அக சுதந்திரம் பற்றிய பய உணர்வுகூட அப்போதைக்கு அந்த பயணத்துக்கு சம்மதிக்க வைத்திருக்கலாம்.

அப்படிப் பார்த்தால் அவரது பிற்கால அரசியல் வாழ்க்கை அனைத்துக்கும் சிச்சினாவின் காதலை துவக்கப் புள்ளியாகக் கருத முடியும். உண்மையில் பயணம் மீதான தீராத கவர்ச்சி, காதல் உண்டாக்கிய சுதந்திரம் குறித்த பயம்

ஆகியவற்றை இரண்டாம் நிலையாகக் கருதலாம். ஆனால், பல நாடுகளில் அலைந்து, தொழுநோயாளிகளை சந்தித்து அப்போது அதிகமாகப் பீடித்திருந்த தொழுநோய்க்கு விடை கண்டுபிடிப்பதுதான் அப்போது அவரது உள் நோக்கமாக இருந்தது. தங்களுடைய கலாசார அறிவை வளர்த்துக்கொள்வதற்கும் வெவ்வேறான நிலப் பரப்புகளிடையே பயணிப்பது உதவும் என்று அவர்கள் நினைத்தனர்.

ஏறக்குறைய 10,000 கி.மீ. பயணம். எண்ணற்ற மலை, நதி, வனம், பாலைவனம் ஆகியவற்றை உள்ளடக்கிய அந்தப் பயணம் சாதாரண மனிதருக்குள் மரண பயத்தை உருவாக்கும். ஆனால், சே குவாராவுக்கோ கிரானடோவுக்கோ அது ஒரு

மகிழ்ச்சி நிரம்பிய, சாகச விளையாட்டு. சே குவாராவின் இந்தப் பயணத்தைக் கொஞ்சம் ஆழமாகப் பொருட்படுத்திப் பார்க்கிறபோது காலத்தை உணர்தல் என்பது அறிவின் மூலமாக நிகழ்வது அன்று; அது புலன்களின் வழியாக உணர்வது என்று தோன்றுகிறது. இத்தனைக்கும் அப்போது சே குவாராவுக்கு வயது 23, கிரானடோவுக்கு 20.

அவர்கள் கற்பனையில் பயணத் திட்டம் நாளுக்குநாள் வளர வளர, உடன் கிரானடோவின் *500 சிசி நார்டன் மோட்டார் சைக்கிள்* சகல வசதிகளுடன் மெக்கானிக் ஷெட்டில் மீண்டும் புதுப்பிக்கப்பட்டுத் தயாராகிக்கொண்டிருந்தது. அதற்கு அவர்கள் சூட்டியிருந்த செல்லப் பெயர் மைட்டி ஒன்.

இதனூடே வரைபடம், பயண வழித் தடம், பயணத்துக்கான உணவுப் பொருள், பிரத்யேக ஆடை ஆகியவற்றின் சேகரிப்பு பரபரப்பாக நடந்தது.

இறுதியில் அந்தக் கனவு நாளும் வந்தது!

5

அன்று 1952 ஜனவரி 6.

சே குவாராவின் வீட்டு வாசல் முன் தயார் நிலையில் வரலாற்றை எழுதப்போகும் புகழ்மிக்க அந்த மோட்டார் சைக்கிள். இளமையின் காற்று அவர்களுடைய தோள்களைத் தழுவிக்கொண்டு இருந்த ஒரு குளிர் இரவு அது. வீட்டில் தன் தாய், தந்தை மற்றும் சகோதரர்களிடம் விடை பெற்றுக்கொண்ட சே குவாரா தாயிடம் ஒரு வாக்குறுதியையும் கொடுத்தார். பாதியில் நிறுத்திவிட்டுப் போகும் மருத்துவப் படிப்பை பயணம் முடிந்து திரும்ப வந்து எப்படியும் முடித்துப் பட்டம் பெறுவேன் என்பதுதான் அந்த வாக்குறுதி.

அந்த வாக்குறுதியைக் கொடுத்துவிட்டு பைக்கின் கிக் ஸ்டார்டரை உதைத்துக்கொண்டு, எதிர்காலக் காற்றை உற்சாகமாக முகத்தில் வாங்கியபடி புறப்பட்டபோது சே குவாரா ஒரு புரட்சி வீரனோ, சி.ஐ.ஏ. எனும் உளவுப் படையை கதி கலக்கிய கொரில்லா போர் வீரனோ அல்லது இன்று உலகமே போற்றி வணங்கும் மகத்தான சோஷலிஸ்டோ அல்ல. மிகச் சாதாரணமான 23 வயது இளைஞன்.

அப்போது அவனுடைய கண்களில் மகிழ்ச்சியையும் காதலையும் தவிர வேறெதுவும் இல்லை.

கோர்டபாவில் விடைபெற்ற பிறகு அவர்களுடைய மோட்டார் சைக்கிள் மற்றொரு கடமையை நிறைவேற்ற விரைந்தது. ஆறு நாட்கள் கழித்து பைக் அடுத்து நின்ற இடம் மிரமர். சே குவாராவின் காதலி சிச்சினாவின் வீடு. பயணம் குறித்துக் கேள்விப்பட்டதும் சிச்சினா மனம் கலங்கினாள். சே குவாரா அவளுக்கு ஆறுதல் கூறினார்.

“என் ஆன்மா இந்தப் பாதைக்கும் பயணத்துக்குமாக உந்தித் தள்ளுகிறது. அதனால் இந்தப் பயணத்தை என்னால் தவிர்க்க முடியாது. எனக்காகக் காத்திரு. பயணம் முடிந்து வந்து நிச்சயம் உன்னைக் கைப்பிடிப்பேன்” என வாக்குறுதி தந்தார்.

ஆனால், சிச்சினா சே குவாராவைப் பிரிய முடியாமல் தவித்தாள். மிராமர் கடற்கரையில் முழு இரவும் இருவரும் கடல் அலையை வேடிக்கை பார்த்தபடி பேசிக் கடத்தினர். ஒரு கட்டத்தில் விரல்கள் பிரிவதற்கு முழுமையாக சம்மதம் கொண்டன. சிச்சினா தாளாத மனதுடன் சே குவாராவுக்கு பிரியாவிடை தந்தாள்.

மறு நாள் மிராமரிலிருந்து அவர்களுடைய பெரும் பயணம் புறப்பட்டது.

மொத்தம் எட்டு மாதங்கள்; ஐந்து நாடுகள். இதுதான் அவர்களுடைய செயல் திட்டம். வழி நெடுக பல்வேறு எதிர்பாராத சம்பவங்கள், திடுக் திருப்பங்கள், விபத்துக்கள் என தொடர்ந்து அவர்கள் எதிர்கொண்டனர்.

சிச்சினா

காடு, மலை, நதி, ஏரி, பாலைவனம், சமவெளி மற்றும் பள்ளத்தாக்கு எனப் பல்வேறு நிலப் பரப்புகளில் மோட்டார் பைக்கிலும் வெறும் காலுடனும் அலைந்து திரிந்தனர். சில சமயம் பைக்கிலும் பல சமயம் பைக்கை லாரியில் ஏற்றியபடியோ அல்லது

தள்ளிக்கொண்டோ செல்ல நேர்ந்தது. ஒவ்வொரு நாளும் ஒவ்வொரு சுவாரசியமான மனிதரை எதிர்கொண்டனர்.

வாழ்க்கையில் இதற்குப்பின் கொண்டாட்டத்துக்கு வேலையில்லை என்பதால் இளமைக் காலம் முழுவதையும் அந்த எட்டு மாதத்துக்குள் அனுபவித்தது போல இருந்தது அந்தப் பயணம்.

கொலராடோ நதிக் கரையில், பைன் மரங்களுக்கு நடுவில் நெருப்பு மூட்டி, மாமிசம் சுட்டுத் தின்று, வயிற்று உபாதையில் அவதிப்பட்டு வழி நெடுக வாகனத்தை நிறுத்தி நிறுத்திச் செல்ல நேர்ந்ததையும், உறங்க இடமில்லாமல் காவல் நிலையத்துக்குச் சென்று உதவி கேட்க, அவர்கள் சிறையில் கைதிகளுடன் உறங்கவைத்த அனுபவத்தையும் கிரானடோ தன் டைரியில் எழுதி நம்மை அந்த உலகுக்கே அழைத்துச் செல்கிறார்.

ஒரு முறை ஒரு வீட்டில் உறங்க இடம் கேட்க, அவர்கள் கொட்டடியை ஒதுக்கிக் கொடுத்தனர். இருவரும் இரவில் உறங்கிக் கொண்டு இருந்தபோது வினோத சத்தம் கேட்டுக் கண் விழித்தனர். கதவின் இடுக்கில் இரண்டு கண்கள். புலி என அதை நினைத்து கிரானடோ கத்த, சட்டென சே குவாரா கைத்துப்பாக்கியால் அதைச் சுட்டுத் தள்ளிவிட்டார். மறுநாள் பொழுது விடிந்த பிறகு எஜமானியின் அழு குரல். கதவைத் திறந்தபோதுதான் தெரிந்தது இரவு அவர்கள் சுட்டது புலியை அல்ல, எஜமானியின் செல்ல நாய்க்குட்டியை என்பது. அடுத்த நிமிடத்திலேயே வண்டியைத் தள்ளிக்கொண்டு இருவரும் தலைதெறிக்க ஓடி வந்தனர்.

இன்னொரு முறை புற நகர்ப் பகுதி ஒன்றில் பைக் டயர் ஓட்டை விழுந்து பாதியில் நின்றுவிட, அதைச் சீராக்குவதற்காக டயரைக் கழற்றினார்கள். பாதியில் மது பானம் தயாரிக்கும் பொருட்டு வெந்நீர் வாங்க சே குவாரா, பாத்திரத்தைப் பிடித்தபடி அருகிலிருந்த வீட்டுக்குச் சென்று கதவைத் தட்டினார். கதவைத் திறந்த பணிப் பெண் இருவரையும் வீட்டுக்குள் அழைத்தாள்.

சிறிது நேரத்தில் அங்கு வந்த வீட்டு முதலாளி நீண்ட தலைமுடி வைத்திருந்ததை இருவரும் பார்த்தனர். அதைப் பார்த்ததும் சே குவாரா, அவர் இடதுசாரிக் கலைஞராகவோ

அல்லது பொஹிமிய நாடோடியாகவோ இருக்க வேண்டும் எனக் கணித்து, பெருமையுடன் அதை நண்பனிடம் கூறி முடித்துத் திரும்பியபோது...

அவர் தன் விக்கைக் கழற்றி இருக்கிறார். ஆல்பர்ட்டோ விழுந்து விழுந்து சிரிக்க, சே குவாராவுக்கு அதிர்ச்சி. பிறகு, வழுக்கைத் தலையரிடம் இது போல் பன்னிரண்டு விக்குகள் கைவசம் இருப்பதாகவும் ஒரு நாளைக்கு ஒன்றாக அணிவதுதான் அவரது பொழுதுபோக்கே என்றும் பணிப் பெண் கூறினாள்.

இப்படியே பயணம் முழுவதும் வினோத அனுபவங்கள் அவரை மகிழ்ச்சியின் எல்லைக்கே கொண்டு நிறுத்தினாலும் இன்னொரு பக்கம் பெரும் துயர். ஏழ்மையால் மக்கள் படும் துயரம் அது. பயணம் முழுவதும் ஒரு நீண்ட பள்ளத்தாக்காக அந்தத் துயரம் தொடர்ந்தது. தன் வாழ்வுக்கும் நாட்டின் பொருளாதார ஏற்ற தாழ்வுக்கும் இடையில் ஒரு சமன்பாட்டை உருவாக்க அவரது மூளை எப்போதும் யோசித்துக் கொண்டிருந்தது.

வால்பரைசோ விடுதியில் ஏழ்மையில் உழலும் வயதான, ஆஸ்துமா நோயாளிப் பெண் ஒருவரைப் பார்த்ததும் அவரது இதயத்திலிருந்து ரத்தம் கசிந்தது.

சே குவாரா எனும் புகழ்மிக்க ஆளுமை உருவாக்கம் கொள்ள அந்தக் கணம்கூட அடிப்படையாக இருந்திருக்கலாம். 'அவளது கண்களின் மூலமாக உலகத் தொழிலாளி வர்க்கத்தின் அவலத்தை என்னால் தரிசிக்க முடிந்தது' என சே குவாரா பின்னர் தன் டைரியில் குறிப்பிடுகிறார்.

இந்த ஏற்றத் தாழ்வை சீர்படுத்த முனையாமல் அரசாங்கம் படை பலத்தை அதிகப்படுத்துவதும் அதற்காக அதிகப் பணத்தை செலவு செய்வதும் நியாயமான கொந்தளிப்பை சே குவாராவிடம் உண்டாக்கின.

இந்தக் கொந்தளிப்பு தொடர் சிந்தனைக்குள் அவரைத் தள்ளிக்கொண்டிருந்தன. சிலி, பெரு, கொலம்பியா என ஒவ்வொரு நாட்டுக்குள்ளும் பைக் நுழைந்தபோதும் முந்தைய நாடுகளுக்கும் இதற்குமான இயற்கை நிலப் பரப்பு வேறுபாடு, கலாசார வேறுபாடு, பொருளாதார ஏற்றத் தாழ்வு ஆகியவற்றை அவருடைய மனம் உள் வாங்கியது. அவரது

ஆல்பர்ட்டோ கிரானடோவுடன் சே குவாரா, வலதுபுறம் கிரானடோ

பகுப்பாய்வுகளுக்கு அவை மூலப் பொருளாக ஆனது.

பயணத்தில் ஒரு கட்டத்துக்குப் பிறகு சே குவாரா தானாக நோயாளிகளையும் ஏழைகளையும் தேடிச் சென்று, சந்தித்து அவர்களை நண்பர்கள் ஆக்கிக்கொண்டார். அப்படியும் சில இடங்களில், காரகாஸைச் சேர்ந்த கறுப்பு இனத்தவர், உயர்ந்த பீட பூமிகளில் வசித்த அமெரிக்க இந்தியர் ஆகியோரிடம் அவரால் முழுமையாக ஒன்ற முடியவில்லை.

அதே சமயம் சில இடங்களில் அழகு உணர்ச்சி தன்னை மீறி வெளிப்பட்டு, அரசியல் உணர்வு கவித்துவ வரிகளாக அவரது பயணக் குறிப்புகளில் மிளிர்கிறது. உதாரணமாக சிலியில் கம்யூனிஸ்ட் கோட்டையாக கருதப்படும் சூக்கிமாட்டாவின் தாமிர சுரங்கத்தில் ஓர் இரவின் கடும் குளிரையும் அங்கு சந்தித்த கம்யூனிஸ்ட் தம்பதியைப்பற்றி அவர் எழுதியிருப்பது.

‘பாலைவன இரவில் ஒருவர் மீது ஒருவர் சாய்ந்தபடி அமர்ந்திருந்த ஜோடி உலகத் தொழிலாள வர்க்கத்தின் வாழும் பிரதிநிதிகள். இவர்களின் லட்சியக் கனவுகள் என்னைக் கிளர்ச்சியுறச் செய்கின்றன. என் வாழ்வில் நான் அனுபவித்த மிகக் குளிரான நாள் மட்டுமல்ல மகிழ்ச்சியான நாளும் அதுதான். தொடரும் பட்டினிக்கு எதிராக கம்யூனிஸம் இயல்பான கோட்பாடாக இவர்களுக்குள் முகிழ்ந்துள்ளது. கம்யூனிஸம் என்றால் இவர்களைப்

பொறுத்தவரை வேறொன்றும் இல்லை, ஏழைகளுக்கு உணவு. அவ்வளவுதான்' என எழுதுகிறார்.

சே குவாராவின் வாழ்க்கை வரலாற்றை ஃபிரெஞ்சில் எழுதிய மூான் கோர்மியோ, *1952* மார்ச் *13 — 16* ஆகிய நாட்களில் சே குவாரா சூக்கிமாட்டாவில் தங்கியிருந்தபோதுதான் அவரது வாழ்க்கையின் திருப்புமுனை ஏற்பட்டதாக விவரிக்கிறார். தாமிர சுரங்கத்தில் அமெரிக்க முதலாளிகளால் தொழிலாளர்கள் பட்ட வேதனையை நேரடியாகக் கண்ட பிறகுதான் சே குவாராவின் உள்ளத்தில் அதுகாறும் புரண்டு கொண்டிருந்த களிப்பின் அலை சிவப்பாக மாறத் துவங்கியது.

தொடர்ந்து சிலியில் உள்ள மக்குபிக்கு புராதன பழங்குடி நகரைக் கண்டபோது பூர்வகுடிகளின் மீதான பற்றும், அமெரிக்க ஏகாதிபத்தியத்தின் மீதான வெறியும் ஒருசேர உருவானது. சிலியின் டிட்டிகாக ஏரிக்கும் குஸ்கோ எனும் நகருக்கும் இடையில் கடல் மட்டத்திலிருந்து பதினைந்தாயிரம் அடி உயரத்தில் இருந்த அந்தப் புராதன நகரின் கட்டடங்களை ரசித்துக்கொண்டு, அதன் கனவுத் தன்மை மிகுந்த மாய வசீகரத்தில் மூழ்கித் திளைத்தபடி சே குவாரா வீதி வீதியாக அலைந்திருக்கிறார். அந்தப் பழங்குடி மக்களின் கலை பாரம்பரியத்தையும் செல்வத்தையும் அமெரிக்கர்கள் சூறையாடியதைக் கேட்டு அவரது உள்ளம்

துடித்தது. மக்குபிக்குவைப்பற்றி 1953—ல் அவர் எழுதிய கட்டுரையிலிருந்து இதைத் தெளிவாகப் புரிந்து கொள்ள முடிகிறது.

பெருவில் இருவரும் கியா எனும் தொழுநோய் சிகிச்சை மையத்துக்கு ஆய்வு நடத்தச் சென்றபோது, தொழுநோயாளிகளிடம் வலியச் சென்று, அவர்களின் தோளில் கை போட்டு, அவர்களுடன் உண்டு, உறங்கி, அவர்களை மகிழ்விக்கும் விதமாக கால்பந்தாடிய சே குவாராவின் உள்ளத்தில் பலவித உணர்ச்சிப் பேரலைகள்!

தொழுநோய் மையத்தில் அவர்களை எதிர்கொண்ட மருத்துவர் மாஸ்ட்ரோ பெஸ்ஸேவிடம் தங்களுடைய தோற்றத்திலிருந்த அழுக்கை மறைக்க வேண்டி இருவரும் தங்கள் புத்திசாலித்தனத்தை காட்ட, அவரோ இவர்களைவிடக் கொட்டை போட்ட ஆசாமியாக இருந்தார். இருவருடைய விழிகளையும் பிதுங்க வைத்தார். உடன், தொழுநோய் குறித்துத் தான் எழுதிய 'நிசப்தத்தின் எல்லை' எனும் நூல் ஒன்றையும் அவர்களுக்கு வாசிக்க கொடுத்தார்.

ஆனால், இருவருக்கும் அந்தப் புத்தகம் திருப்தியை உண்டாக்க வில்லை. இருவரையும் அங்கு தங்க வைக்க கன்னியாஸ்த்ரீகள் எதிர்ப்புத் தெரிவித்தபோது மருத்துவர் பெஸ்ஸே அதை மீறி அவர்களை அங்கே தங்க வைத்தார். அவர் மேல் கொண்டிருந்த மரியாதை காரணமாக சே குவாரா, அவரை 'சே' என்றே அழைத்தார். பயணத்தில் அவர்கள் அது வரை சந்தித்த மனிதர்களில் அவரே மிகச் சிறந்தவர்.

அப்படிப்பட்டவருக்கு சே குவாரா பரிசாகக் கொடுத்தது என்ன தெரியுமா? அது சுவாரசியமான ஒரு சம்பவம்.

அடிப்படையில் சே குவாரா, மனதில் உள்ளதை வெளிப்படையாக போட்டு உடைத்துப் பேசக் கூடியவர். கிரானடோவோ அதற்கு நேர் எதிர். தனக்குக் காரியம் ஆக வேண்டும் என்றால் எவ்வளவு பொய்யையும் அள்ளிவிட தயங்காதவர்.

கியா மருத்துவமனையில் தொழுநோயாளிகளுடனான ஆய்வு முடிந்தபின் இருவரும் புறப்படத் தயாரானார்கள். இருவரையும் தன் வீட்டில் விருந்துண்ண அழைத்தார்

மருத்துவர் மாஸ்ட்ரோ. நண்பர்கள் இருவரும் புறப்படுவதற்கு முந்தின நாள் மதியம் திட்டமிட்டபடி உற்சாகத்துடன் மருத்துவரின் வீட்டுக்குச் சென்றனர்.

எதிர்பார்த்தபடியே மிகச் சிறந்த விருந்து. இருவருக்கும் கரை புரண்ட மகிழ்ச்சிக்கு அளவேயில்லை. பெரும் களிப்புடன் உணவை வெட்டிக்கொண்டிருந்த சமயத்தில் மருத்துவர் மாஸ்ட்ரோவின் குரல் இருவரையும் திரும்பச் செய்தது.

"நான் கொடுத்தேனே, தொழுநோயாளி குறித்த என் புத்தகம் எப்படி இருந்தது?"

சட்டென இந்தத் திடீர் கேள்வியை எதிர்பார்க்காத இருவரும் ஒருவரை ஒருவர் பார்த்துக்கொண்டனர். கிரானடோ முந்திக்கொண்டு, "ஆகா! அது ஓர் அட்டகாசமான புத்தகமல்லவா... ஒரே மூச்சில் படித்து முடித்தேன்" எனப் பொய்யாகப் புகழ்ந்து தள்ள, சே குவாரா ஒன்றுமே பேசாமல் விருந்தை முடிப்பதில் தீவிரமாக இருந்தார்.

"சே! உங்களின் அபிப்ராயம் என்ன?"

மீண்டும் இடை மறித்த கிரானடோ, "நான் சொல்கிறேன் அது ஒரு சிறந்த புத்தகம். அதற்கு ஈடாக இது வரை எதுவும் எழுதப்படவில்லை" எனப் பதற்றத்துடன் கூற, அருகில் நின்றிருந்த மருத்துவரின் மனைவி அதை ஆமோதிக்கும் விதமாகத் தலையசைத்தாள். ஆனால், மருத்துவருக்கோ அதில் திருப்தி இல்லை. உணவு முடிந்து சே குவாரா கை கழுவப் போனபோது வாஷ்பேசினின் அருகே பூத்துவாலையுடன் பின்னாலேயே வந்து நின்ற மருத்துவர், மீண்டும் சே குவாராவிடம், "இன்னும் என் புத்தக்கத்தைப் பற்றிய அபிப்ராயத்தை நீங்கள் சொல்லவில்லை" என இழுத்திருக்கிறார்.

அடுத்து இங்கு என்ன நடக்குமோ என்ற பயத்தில் கிரானடோவுக்கு முதுகுத் தண்டு நடுங்க ஆரம்பித்தது. துவாலையால் வாயையும் கையையும் நன்கு துடைத்துக்கொண்ட சே குவாரா ஆவல் ததும்பத் தன்னையே பார்த்துக்கொண்டிருந்த மருத்துவர் பக்கம் திரும்பினார்.

"இதோ பாருங்கள்! நீங்கள் எனக்கு உதவியிருக்கிறீர்கள்,

உண்மைதான். அதற்காக என் மனசாட்சிக்கு விரோதமாக உங்களிடம் பேச முடியாது. உங்களுடைய புத்தகம் ஒரு குப்பை. மகா குப்பை... கம்யூனிஸம் பேசுகிற உங்களின் கண்களுக்கு பழங்குடி மக்களின் குறைகள் மட்டுமே அடுக்கடுக்காகத் தெரிவது ஆச்சர்யமாக இருக்கிறது. உங்களது நில வர்ணனைகள் வேறு அரதப் பழசானவை. ஒட்டுமொத்தமாக உங்கள் புத்தகம் ஒரு விஞ்ஞானியுடையதாகவோ அல்லது கம்யூனிஸ்டுடையதாகவோ தெரியவில்லை."

தொடர்ந்து சே குவாரா தன் கருத்துகளை ஆணித்தரமாக எடுத்துரைக்க, மருத்துவர், "உண்மைதான். உண்மைதான்..." எனத் தலை அசைத்தபடி கூறி அதைக் கேட்டுக்கொண்டார்.

சே குவாராவின் மீதான கோபத்தில் கிரானடோவுக்குத்தான் முகம் சிவந்தது. இருவரும் விடை பெற்றுக்கொண்டு வெளியே வந்தபின் நெடு நேரம் அவர் பேசவில்லை. பின்னர் கோபத்தில் ஆவேசப்பட்டார்.

"அவர் நமக்கு எவ்வளவு உதவி செய்தார். வழிச் செலவுக்குப் பணம்கூடக் கொடுத்திருக்கிறார். அந்த மோசமான விமர்சனத்தின் மூலம் அப்படி என்ன சாதித்து விட்டாய்?... பாவம், அவர் மிகவும் நொந்து போய்விட்டார்" என வருத்தமும் கோபமுமாகப் பேசினார் கிரானடோ.

"அவர் ஏன் என் வாயைக் கிண்ட வேண்டும்? நான்தான் அமைதியாக இருந்துவிட்டேனே. அதிலிருந்தே அவருக்கு என் எண்ணம் தெரிய வேண்டாமா? எந்த உதவிக்கும் என்னால் பொய்களைப் பரிசாகத் தர முடியாது. உண்மை என்னைவிட உயர்ந்தது."

மறு நாள் தொழுநோயாளிகளுடன் கைகுலுக்கிவிட்டு, அவர்கள் தந்த அன்பான பரிசுகளையும் பெற்றுக்கொண்டு புறப்பட்டனர். உண்மையில், அந்தப் பரிசுகள் தங்கள் ஆன்மாவைத் தீண்டியதை உணர்ந்ததாக கிரானடோ தன் டைரியில் குறிப்பிடுகிறார்.

இப்படியாகப் பயணத்தின் ஊடே அவர்கள் சந்தித்தது பலதரப்பட்ட மனிதர்களை. உழைப்பாளி, உழைப்பைச் சுரண்டுபவன், தொழுநோயாளி, காவலர், திருடர், ஏமாளி, ஏமாற்றுபவன், அறிவுஜீவி, முட்டாள், அடிவருடி, பண முதலை, பராரி, அழகான பெண்கள், எண்ணற்ற

காதலிகள் ஆகியோர் அடங்கிய வெவ்வேறான மனிதர்களை சந்தித்தனர். பல அனுபவங்களைத் தந்த அந்தப் பயணத்தில் சே குவாராவின் ஆஸ்துமாவும் தன் பங்குக்கு அவரைப் பெரிதும் இம்சித்தது.

பல இடங்களில் பயணத்தைத் தொடர முடியாமல் சே குவாரா அவதிப்பட்டார். அப்படியே மார்பைப் பிடித்துக் கொண்டு அவர் சுருண்டு விழும் ஒவ்வொரு முறையும் அவ்வளவுதான் பயணம் இதோடு முடிந்தது என கிரானடோ நினைப்பார். ஆனால், அடுத்த நாளே எதுவும் நடக்காதது போல சே குவாரா உற்சாகமாகத் துள்ளிக் குதித்து ஆச்சர்யப்படுத்துவார்.

இறுதியாக 1952 ஜூலை மாதம் அந்த நெடிய பயணம் முடிவுக்கு வந்தபோது, சே குவாரா முழுவதுமாக மாறியிருந்தார்.

இந்த நீண்ட பயணம் எதற்காக? வெறுமனே ஏழைகளையும் நோயாளிகளையும் வேடிக்கை பார்க்கத்தானா? பார்த்த இடங்கள் தோறும் அதிகாரத்தால் மக்கள் அல்லலுறுகின்றனரே இதற்காக நாம் என்ன செய்ய போகிறோம்? — கேள்விகள் அவரைத் துரத்தின.

முழு மனித குலத்துக்கும் விடுதலை எது? அந்தக் கேள்வி தொடர்ந்து சே குவாராவின் மனசாட்சியைத் துரத்தியது. விடை இல்லை. ஆனால், கண்டுபிடிக்க வேண்டும். அதிகாரத்தின் வேர்களைக் கண்டுபிடிக்க வேண்டும். காலம் வரும்போது அதை ஒட்ட நறுக்க வேண்டும். உணர்ச்சிகள் கொந்தளித்தன. தொடர்ந்து யோசித்தார்.

தென் அமெரிக்கக் கண்டம் முழுவதும் வர்க்க வேறுபாடுகளுக்குக் காரணம் மக்களின் ஏழ்மை, பிணி, அறியாமை, அந்தந்த நாடுகள் மட்டுமல்ல முதலாளிகளும் ஆவர். பெரும் பண முதலைகளும் நிறுவனங்களும் தான் ஆட்சியாளர்களைக் கைக்குள் வைத்துக்கொண்டு ஆட்சியை ஆட்டுவித்து, தொழிலாளர்களின் ரத்தத்தை அட்டை போல் உறிஞ்சிக் குடிக்கின்றன.

முதலாளிகள் பலரும் அமெரிக்காவில் இருந்தனர். சொல்லப் போனால் முதலாளிகளுக்கும் அவர்களுடைய நிறுவனங்களுக்கும், அமெரிக்க அரசாங்கத்தோடும், உளவு நிறுவனமான சி.ஐ.ஏ வோடும் நேரடித் தொடர்பு இருந்தது. அமெரிக்காவின் அச்சுறுத்தலுக்கு அடி பணிந்தே தென் அமெரிக்க கண்டத்தின் அனைத்து தேசங்களும் செயல்படுவதை சே குவாரா உணர்ந்தார். சுற்றுப் பயணம் முடிந்ததும், மனம் முழுவதும் வேதனையைச் சுமந்தவராக அர்ஜென்டினா திரும்பினார். உலகையே அச்சுறுத்தும் பிரமாண்ட அதிகார மிருகமாக அவரது மனதில் அமெரிக்கா தோன்றியது.

6

மீண்டும் அர்ஜென்டினாவுக்குத் திரும்பிய சே குவாராவிடம் பல மாறுதல்கள். முன்பு போல வெளிப்படையாகச் சிரித்துப் பேசி எப்போதும் மகிழ்ச்சியில் திளைத்த மனோ பாவம் இல்லை.

அன்னைக்கு வாக்குத் தந்தபடி மருத்துவப் படிப்பை முடிக்கும் தீவிரம் ஒரு புறம் இருந்தாலும் மனதின் அடியாழத்தில், தென் அமெரிக்கப் பயணத்தில் கண்ட உண்மை நெருப்பாக அவருக்குள் தகித்துக்கொண்டு இருந்தது. தான் ஒரு சாதாரண மனிதன். தன்னால் அனைத்துக்கும் ஒரு தீர்வை எழுத முடியுமா? அதற்கு வாய்ப்பே இல்லை. ஆனால், தொழிலாளர்கள் மற்றும் நோயாளிகள் படும் துயர். இதற்கெல்லாம் அடிப்படைக் காரணமாக இருக்கும், அவர்களுடைய உழைப்பையும் செல்வத்தையும் கொள்ளை அடிக்கும் அமெரிக்க அரசாங்கத்துக்கு எதிராக நாம் என்ன செய்ய போகிறோம்?

கேள்வி அவரை துரத்திக்கொண்டிருந்தது. இன்னும் சில நாட்களில் காஸ்ட்ரோ எனும் மகத்தான மனிதரை சந்திக்கப் போகிறோம், அவர் மூலமாகத்தான் கேள்விக்கு ஒரு விடை கிடைக்கப்போகிறது என்பது அவருக்குத்

தெரியாது. ஆனால், நெருப்பு மட்டும் ஒவ்வொரு நாளும் அவரை இம்சித்துக் கொண்டிருந்தது.

இந்தச் சமயத்தில்தான் ஓர் இக்கட்டான சூழலை அவர் தவிர்க்க முடியாமல் எதிர்கொள்ள வேண்டி வந்தது. சே குவாரா தவித்தார். கைகளைப் பிசைந்தார். ம்ஹூம், இதிலிருந்து தப்பிக்கவே முடியாது. ஒரு மாய வலை போலத் தன்னை அது சுற்றி நெருங்கிவிட்டது.

சே குவாரா பயந்தது எதற்காக? கட்டாய ராணுவ சேவைக்காக. பிற்காலத்தில் பலர் கொண்ட சேனையிலோ

தனியாகவோ களத்தில் ஆயுதம் ஏந்தி நின்ற சே குவாராவுக்கு அன்று ராணுவத்தில் சேரப் பிடிக்கவில்லை. அதற்கு முழு முதல் காரணம் அப்போது அர்ஜென்டினாவை ஆண்டுகொண்டிருந்த பெரானின் அரசாங்கம். இப்படிப்பட்ட மோசமான ஆட்சியாளர்களின் ராணுவத்தில் சேர்ந்து கட்டாயப் பயிற்சி மேற்கொள்வது தான் அறிவுக்கும் உணர்வுக்கும், தான் செய்யும் இழுக்கு என நினைத்தார். அதனால், எப்படி இதைத் தவிர்ப்பது என யோசித்தார்.

இதனிடையே அவருடைய உடல் தகுதியை உறுதி செய்ய வேண்டிய நாளும் நெருங்கியது. சே குவாரா ஒரு திடமான முடிவுடன் குளிர்ந்த நீருக்குள் நாள் முழுவதும் அமர்ந்து கொண்டார். அவர் எதிர்பார்த்தது போல் ஆஸ்துமா அவரைக் கடுமையாகத் தாக்கியது. மறு நாள் பரிசோதனையின்போது அவர் நினைத்தது போல உடல் தகுதியின்மை காரணமாக அவர் பயிற்சியிலிருந்து விலக்கப்பட்டார்.

அந்த மகிழ்ச்சி தந்த உற்சாகத்துடன் சே குவாரா தன்னை முழுமையாகப் படிப்பில் தீவிரப்படுத்திக்கொண்டார். ஒரு நாளைக்கு பன்னிரண்டு மணி நேரம் வெறி பிடித்தவர்

தாயுடன் சே குவாரா

நாயகன் சே குவாரா

போல் தேர்வுக்காகப் படித்தார். அனைத்து தேர்வுகளையும் எழுதினார். 1953, ஜூலை 12—ம் தேதி பியூனஸ் அயர்ஸ் பல்கலைக்கழகத்திலிருந்து மருத்துவப் பட்டம் பெற்று, தன் தாய்க்குத் தந்த வாக்குறுதியை நிறைவேற்றினார்.

அது வரை தன்னைப் பிணைத்திருந்த கயிறு விடுபட்டதும் வானில் சடசடத்துப் பறக்கும் புறாவின் மகிழ்ச்சியும் சுதந்திரமும் அவரது தோளில் ஒட்டிக்கொண்டது.

படிப்பு முடிந்ததும் அவர் மனக் கண்ணில் வந்து நின்ற முகம் சிச்சினா. உடனடியாக அவள் இருந்த மாலோலாவுக்குப் பயணமானார். அங்கு சிச்சினா வேறு மாதிரியாக இருந்தாள். பட்டும் படாமல் பேசினாள். முன்பு சே குவாராவின் அழுக்கைக் கவர்ச்சியாக ரசித்தவளின் கண்கள் இப்போது பணக்கார வீட்டின் விலை உயர்ந்த சீலைகள் தொங்கும் ஜன்னல்களை ரசித்தன. சுத்தமான, நாகரிக உடைகளை அணிவது பற்றி சே குவாராவுக்கு அவள் வகுப்பு எடுத்தாள்.

இதற்குக் காரணம், அவளுடைய வீட்டார் தேடித் தந்த சம அந்தஸ்துள்ள மணமகன் சிச்சினாவுக்குக் கிடைத்ததாலோ என்னவோ தோல்வி மனப்பான்மையுடன் சே குவாரா அவளை விட்டுப் பிரிந்தார். அதுவே அவர்களுடைய கடைசிச் சந்திப்பாக மாறிப்போனது.

வெறுமையான இதயத்தை இட்டு நிரப்ப ஏதோ ஒன்று அவருக்குத் தேவைப்பட்டது. மீண்டும் ஊருக்குத் திரும்பி, வேலைக்குச் சென்றார். தன்னுடைய ஆசிரியர் சல்வடார் பிலானியின் ஆய்வகத்தில் ஒவ்வாமை குறித்த ஆய்வே வேலை என்றாலும் மனம் அதில் அடங்கவில்லை. உலகை வெல்லும் கனவுகளுக்கு அந்த வெறுமை அவரைக் கூட்டிச் சென்றது.

நிறையப் படித்தார். படித்ததன் விளைவு பேச்சில் வார்த்தைகளாக முதிர்ச்சி காட்டியது.

சக ஊழியர்கள் வினோதமாக அவரைப் பார்த்து, “சே குவாரா, இப்போது முன்பு மாதிரி இல்லை. மருத்துவத் துறைக்கு சம்பந்தம் இல்லாமல் அரசியல், பொருளாதாரம் என என்னென்னவோ உளறுகிறான்” எனக் கிசுகிசுத்தனர். வயிற்றுக்காக உழலும் வெறும் கால்நடைதான் நாம் என்பதை அவர்கள் அறியாத காரணத்தால், சே குவாரா எனும் முழு

மனிதன் அவர்களுக்கு வினோதமாகத் தெரிந்தான்.

மகனின் காதல் வாழ்க்கை முறிந்து போனதாலோ என்னவோ சே குவாராவின் அன்னை, மகனிடம் மிகவும் பரிவு காட்டினாள்.

அதனால் சே குவாராவின் திடீர் முடிவை அவளால் தாங்கிக்கொள்ள முடியவில்லை. ஆம்! மீண்டும் சுற்றுப் பயணம் என்பதுதான் சே குவாராவின் திடீர் முடிவு. தன் கட்டற்ற ஆற்றலுக்கு இங்கே எந்த வழியும் இல்லை. வாழ்வை வெல்லும் பெருங்கனவு அவரைத் துரத்திக்கொண்டே இருந்தது.

இயல்பான மனிதம் தொழுநோயாளிக்கான சேவைக்கு போகச் சொன்னது. சிச்சினாவின் மாற்றம், தன் அலட்சியத்துக்கான, அழுக்கு உடைக்கான உண்மையைத் தேடும் பாதைக்கு விரட்டியது. சே குவாரா தேர்ந்தெடுத்த இரண்டாவது பயணத்துக்கான காரணங்கள் இவைதான்.

அப்போது கூட இது திரும்புதல் இல்லாத பயணம் என்பதை சே குவாரா அறிந்திருக்கவில்லை. இந்தப்

பயணத்தில்தான் உலகை வெல்லப்போகும் நிரந்தர உண்மையாக, தான் மாறப்போகிறோம் என்றோ, எளிய மக்களின் வழிபாட்டுக்கு உரிய திருவுருவமாக, உலக இளைஞர்களின் தோற்றமாக நாம் மாறப்போகிறோம் என்றோ, அதற்குக் காரணமாக ஃபிடல் காஸ்ட்ரோ எனும், வரலாற்றின் அதிசயக்கத்தக்க, தீரமிக்க தலைவனை நாம் சந்திக்கப் போகிறோம் என்றோ அவர் அறிந்திருக்கவில்லை.

திடீரென்று புறப்பட்டுவிட்டதால் எந்த இடத்துக்குப் போவது என்றுகூடத் திடமான முடிவு இல்லை. அப்போதைக்கு அவர் கண் முன் இருந்தது இரண்டு விஷயங்கள்தான். ஒன்று தொழுநோயாளிகளின் முகாம். இன்னொன்று மக்குபிக்கு புராதன நகரம்.

ரயில் நிலையம் வரை வந்த அவரது அன்னையின் கண்களில் இருந்து நீர் ஆறாக வழிந்தது. உலகப் பிரச்னைகளுக்குத் தீர்வு எழுத புறப்பட்டிருப்பவனை, ஒரு மாவீரனை வழியனுப்ப வந்துள்ளோம் என்பதை ஒருவேளை அந்தத் தாய் அறிந்திருந்தால், பெருமிதத்துடன், உணர்ச்சி பொங்க வழி அனுப்பி வைத்திருக்கக் கூடும். ஆனால், மகனின் பிரிவும், ஆஸ்துமாவால் அவதிப்படும்போது அவன் எதிர்கொள்ளப்போகும் தனிமையும் மட்டுமே அவள் மனதில் எழுந்து கண்ணீரைக் கொட்டவைத்தது.

கூவியபடி ரயில் புறப்பட, சே குவாரா தன் சொற்ப மூட்டையுடன் தாவி ஏறினார். பின்னால் கம்பியைப் பிடித்தபடி அழுது கொண்டே அவரது தாய் செலியா.

அஜயன் பாலா ✠ 49

7

எங்கே துவங்குகிறதோ அங்கேயே முடிகிறது என்பார்கள். எங்கே முடியப்போகிறதோ அங்கேயே துவங்கப்போகிறது என்றும் அதை மாற்றிக் குறிப்பிடலாம். அது போலத்தான் சே குவாராவின் பொலிவியா பயணமும்.

நேராகச் சென்று பொலிவியாவின் லாபாஸில் இறங்கிய அப்போதைய சே குவாராவுக்கும் பிற்பாடு தன் இறுதி நாட்களில் ஆயுதத்துடனும் மழிக்கப்படாத தாடி, மீசையுடனும் ஆஸ்துமாவுடனும் அலைந்த அந்த நாட்களுக்கும் இடையில்தான் எத்தனை வித்தியாசம்?

சே குவாரா, ஏன் பொலிவியாவைத் தேர்ந்தெடுத்து, அங்கே சென்றார் என்பதை யூகிக்க முடிய வில்லை. அங்குதான் சுரங்கத் தொழிலாளர்கள் அதிகம் இருக்கிறார்கள் என்பது ஒரு வேளை காரணமோ? பிரச்னைகளும் அங்கே அதிகமாக இருக்கிறது; அவர்களுடைய பிரச்னைகளுக்குத் தன்னால் தீர்வு எழுத முடியும் என நினைத்தாரோ என்னவோ? இல்லாவிட்டால் மருத்துவப் படிப்புப் படித்த சே குவாரா அங்கே சென்று சுரங்கத் தொழிலாளியாகப் பணிபுரிய வேண்டிய அவசியமில்லையே. லாபாஸுக்கு அருகில் மிகவும் குளிரான போல்ஸா நீக்ரா என்ற இடத்தில் சே குவாரா சுரங்கத் தொழிலாளியாக வேலை செய்தார்.

அந்தப் பயணங்களில் அவரோடு இருந்த மற்றொரு முக்கிய நண்பர் காலிகோ பெரர். இருவரும் பொலிவியாவின் அரசியல் சூழ்நிலை குறித்துத் தீவிரமாக விவாதம் செய்தனர். ஆனால், சே குவாராவால் யாரோடும் இசைந்து போக முடியவில்லை. பொலிவிய நிலம் அவரது ஆன்மாவுக்கு இணக்கமானது அல்ல என்பதை அவர் அப்போதே ஊகித்திருக்க வேண்டும். ஆனாலும் தொடர்ந்து அங்கே அவர் தங்கியிருந்தார்.

ஒரு கட்டத்தில் அவர்கள் தந்த குறைந்த கூலி காரணமாக, 1953 ஆகஸ்டில், நண்பன் காலிகோ பெரருடன் அங்கிருந்து புறப்பட்டு மக்குபிக்குவுக்குச் சென்று, பின் லீமாவுக்குச் சென்றார். முன்பு ஆல்பர்ட்டோ கிரானடோவுடன் சென்ற அதே வழி. சென்ற முறை சென்றதற்கும் இந்த முறை

பார்த்ததற்கும் இடையிலான மாற்றங்களை சே குவாரா கூர்ந்து கவனித்தார். இந்த முறையும் பிரச்னைகள் அவரைத் தொடர்ந்தன. எல்லாவற்றுக்கும் மேலாக ஆஸ்துமா அவரை வாட்டி வதைத்தது.

அடுத்த இலக்காக சே குவாரா தன் பயணத்தை குவாடமாலாவுக்குக் குறி வைத்துக்கொண்டார். செல்லுமிடம் எங்கும் மக்களிடையே அமெரிக்க எதிர்ப்பு உணர்வு அதிகம் இருந்ததைக் கண்டார். அமெரிக்காவின் யுனைட்டட் ஃப்ரூட்ஸ் எனும் வாழைப்பழ கம்பெனிதான் அவர்களின் கோபத்துக்குக் காரணம். வழியெங்கும் அந்தப் பண்ணைகள் தொழிலாளர்களை அடிமைப்படுத்தி வாட்டி வதைத்துக்கொண்டிருந்தது.

தென் அமெரிக்காவில் அப்போது பல அரசாங்கங்களின் ஒட்டுமொத்தப் பொருளாதாரத்தையும் அந்தப் பண்ணைகள்தான் தீர்மானித்தன. இதனால் மக்கள் படும் துயரைப் பொருட்படுத்தாமல் அரசாங்கங்களும் அமெரிக்க கம்பெனிக்கு ஆதரவாக இருக்கவே, மக்கள் எதிர்ப்பு நேரடியாக அமெரிக்காவை நோக்கித் திரும்பியிருந்தது.

இந்தச் சூழலில்தான் குவாடமாலாவுக்குச் செல்லும் வழியில் சான் ஜோஸ் பகுதியில் சில நாட்களைச் செலவழித்தார்.

1953 ஜூலை 26. வழியில் எதிர்ப்பட்ட அந்நிய நபர்களின் முகங்களில் இருந்த தீவிரத்தன்மை சே குவாராவை வசீகரித்தது. பேச்சுக் கொடுத்தபோதுதான் அவர்கள் இருவரும் கியூபா விடுதலைப் புரட்சி இயக்கத்தைச் சேர்ந்தவர்கள் எனத் தெரிய வந்தது. சான் டியாகோ புரட்சியிலிருந்து தப்பித்து வந்ததாகக் அவர்கள் கூறினர். அவர்களின் பேச்சைக் கேட்டதும் சே குவாராவுக்கு ஆர்வம் உண்டானது.

தொடர்ந்து அவர்களிடம் பேச்சுக் கொடுத்தபோதுதான் அவர்கள் அடிக்கடி தங்களுடைய தலைவனுடைய பெயரை உணர்ச்சிவசப்பட்டுக் கூறுவதைக் கேட்டு வியந்தார். அந்தப் பெயர் என்ன தெரியுமா? பின்னாளில் எவர் தன் வாழ்க்கையில் தவிர்க்க முடியாமல் இரண்டறக் கலந்தாரோ, உலகம் எங்கும் புரட்சியின் மறு பெயராக சே குவாராவின்

புகழ் பரவ யார் காரணமாக இருந்தாரோ, அவருடைய பெயரைத்தான் அவர்கள் அடிக்கடி உச்சரித்தனர்.

ஃபிடல் காஸ்ட்ரோ!

சே குவாரா தன் வாழ்வில் முதன்முறையாக அந்தப் பெயரைக் கேள்விப்பட்டார். பின்னர் அங்கிருந்து குவாடமாலாவுக்குப் புறப்பட்டார். குவாடமாலாவில் சே குவாரா நுழைந்தபோது பல குழப்பங்கள் மலிந்து கிடந்தன. ஏறக்குறைய எட்டு மாதங்கள் சே குவாரா அங்கு தங்கியிருந்தார். அந்த எட்டு மாதங்கள்தான் அவரது எதிர்கால வாழ்வுக்கு அடித்தளமான ரசாயன மாற்றங்களை நிகழ்த்திய முக்கிய காலகட்டம் எனச் சொல்லலாம்.

உண்மையில், மெக்ஸிகோவுக்கு சென்று, அங்கிருந்து கம்யூனிஸ்டுகளின் புனித பூமியான சோவியத் ரஷ்யாவுக்கு செல்வது என்பதுதான் சே குவாராவின் திட்டம். ஆனால், குவாடமாலாவிலிருந்து மெக்ஸிகோ செல்வதற்கான அனுமதி கிடைக்கப்பெறாத காரணத்தால் அவர் குவாடமாலாவிலேயே தங்க வேண்டியதாயிற்று.

குவாடமாலாவில் எங்கு பார்த்தாலும் ஊழலும் பஞ்சமும் வறுமையும் தலை விரித்தாடின. காரணம் சி.ஐ.ஏ.

உண்மையில் அப்போது குவாடமாலாவை அர்பன்சோ தலைமையில் கம்யூனிஸ்ட் கட்சிதான் ஆண்டு வந்தது. ஆட்சிப் பொறுப்பை ஏற்றதும் அவர்கள் தொழிலாளர்களுக்கு ஆதரவாகச் சில சட்ட, திட்டங்களை உருவாக்கினர். இதனால் பெரிதும் பாதிப்படைந்தது அமெரிக்காவின் யுனைட்டட் வாழைப்பழ கம்பெனி. அதனால் புதிய ஆட்சியின் கொள்கைகள் வாஷிங்டனில் கொந்தளிப்புகளை உருவாக்கின.

முதலில் குவாடமாலாவில் ஆட்சிக்கு எதிராக மக்களே புரட்சி செய்யும் சூழலைக் கொண்டு வந்தால் போதும், மற்ற காரியங்கள் தானாக நடந்தேறிவிடும். அது ஒன்றும் அமெரிக்கர்களுக்கு அத்தனை கஷ்டமில்லை. இதர நாடுகளின் ஆட்சியைக் கவிழ்ப்பதற்கு என்றே அப்போது அவர்களிடம் ஒரு சிறப்பான வளர்ப்பு மிருகம் இருந்தது. அதன் பெயர்தான் சி.ஐ.ஏ.

அடுத்த நாளே சி.ஐ.ஏ—யின் உளவு வேலைகள், குவாடமாலா ஆட்சிக்கு எதிராக முடுக்கிவிடப்பட்டது. கொஞ்ச நாட்களில் ஆட்சியில் பலத்தக் குழப்பம் ஏற்பட்டது. அர்பன்சோவுக்கு எதிராக மக்களும் பொங்கிக் குமுறினர். சி.ஐ.ஏ—யின் திட்டமிட்ட சதி முழுவதுமாக அரங்கேறிக்கொண்டிருந்த அந்த இக்கட்டான சூழலில்தான் சே குவாரா, குவாடமாலாவுக்குள் நுழைந்தார்.

மருத்துவப் பணிக்காக அங்கே வேலை தேடினார். சே குவாரா தொடர்ந்து இழுக்கடிக்கப்பட்டாரே ஒழிய வேலை கிடைக்கவில்லை. இதனிடையேதான் ஹில்டா கிளாடியா எனும் பெண்ணின் அறிமுகம் அவருக்குக் கிடைத்தது. ஹில்டா அடிப்படையில் கம்யூனிஸத்தை முழுமையாகக்

கற்றவர். ஒரு நண்பன் மூலமாகத்தான் முதன்முதலாக ஹில்டா, சே குவாராவைச் சந்தித்தார். இருவருக்குள்ளும் நட்பு ஏற்பட்டது.

இருவருக்கும் ஏற்பட்ட அந்த முதல் சந்திப்பின்போது சே குவாரா கடும் ஆஸ்துமாவால் தாக்கப்பட்டுக் குளிரால் நடுங்கிக்கொண்டிருந்தார். அவருக்குப் போர்வையைப் போர்த்தி, அடிப்படை உதவிகளை செய்து, கையோடு அவர் செலுத்த வேண்டிய வீட்டு வாடகை பாக்கியையும் செலுத்தி, துன்பத்திலிருந்து கொஞ்சம் அவரை மீட்டார். ஹில்டாவின் அந்தப் பரிவு, தயாள குணம் மற்றும் அமெரிக்க இந்தியப் பண்புகளால் ஈர்க்கப்பட்ட சே குவாராவின் இதயம், தானாக சிச்சினா இருந்த இடத்தை அவருக்குத் தாரை வார்த்தது. இத்தனைக்கும் ஹில்டா சே குவாராவைவிட மூன்று வயது மூத்தவர்.

சே குவாரா — ஹில்டா நட்பு விரிந்ததற்கு இரண்டு விஷயங்கள் முக்கியக் காரணமாக இருந்தன. ஒன்று சே குவாராவின் ஆஸ்துமா. உதவிக்குக்கூட ஆளில்லாமல் சே குவாரா ஆஸ்துமா வியாதியால் கடுமையாக கஷ்டப்பட்டபோது ஹில்டா அவரைக் கண்ணும் கருத்துமாகப் பார்த்துக்கொண்டார். இது அவர்களுக்கு இடையில் அந்தரங்கப் பற்றுதலையும் காதலையும் அதிகப்படுத்தியது. இரண்டாவது புத்தகங்கள். அடிப்படையில் புத்தக விரும்பியான சே குவாரா, ஹில்டாவின் நட்புக்குப் பிறகு மார்க்சியம் சார்ந்த புத்தகங்களை — குறிப்பாக சோவியத் நூல்களை விரும்பிப் படித்தார்.

மார்க்ஸ், ஏங்கல்ஸ், லெனின் ஆகியோர் சித்தாந்த ரீதியாக அவருக்குள் முழுமையாக இறங்கினர். அது வரை உணர்ச்சி வடிவில் இருந்த அவரது அமெரிக்க எதிர்ப்பு உணர்வு இப்போது முழு தாக்கத்தைக் கண்டது. தன் கோபங்களுக்கான வரலாற்று நியாயங்களைக் கண்டுகொண்டது.

தன் பாதை எது, பயணம் எது என்பவை குறித்த திட்டவட்டமான பார்வை அவருக்கு அந்த காலகட்டத்தில்தான் முதிர்ந்தது. அது வரை சாதாரண மனிதனாக, பத்தோடு பதினொன்றாக இருந்த சே குவாரா முழு விழிப்பு உணர்வு கூடிய முழுமை பெற்ற மனிதனாகத் தான் மாறியிருந்ததை உணர்ந்தார்.

தொடர்ந்து ஹில்டாவின் மூலமாக குவாடமாலாவில் சே குவாராவின் நட்பு வட்டம் விரிந்தது. சித்தாந்தத்தில் தேறிய பலரும் சே குவாராவால் வசீகரிக்கப்பட்டு, நட்பு கொண்டனர். சே குவாராவிடம் காணப்பட்ட அசாத்தியத் துணிச்சல், அறிவாற்றல் மற்றும் புரட்சியின் மீதான ஆகர்ஷிப்பு ஆகியவை அவரிடம் அனைவரையும் கட்டிப்போட்டது.

இதனிடையே திட்டமிட்டபடி சி.ஐ.ஏ. குவாடமாலாவில் பூசல்களை ஏற்படுத்தி இறுதியில் 1954—ல் ராணுவத்தில் பெரும் குழப்பத்தை உண்டாக்கியது. ஆயுதப் புரட்சியின் மூலம் அர்பன்சோ ஆட்சியைக் கவிழ்த்தது. ஒரு பக்கம் ஹில்டா தன் தோழர்களுடன் இணைந்து ஒரு புதிய புரட்சிக் குழுவை உண்டாக்க முயல, இன்னொரு பக்கம் அரசாங்கம் தொடர்ந்து கம்யூனிஸ ஆதரவாளர்களை வீடு வீடாக வேட்டையாடியது.

ஹில்டாவைத் தேடி ராணுவம் வீட்டுக்குள் வந்தது. ஹில்டா கைது செய்யப்பட்ட பின் வேறு வழி இல்லாமல் சே குவாரா தனக்குப் பாதுகாப்பு அளிக்கும் ஒரே இடமான அர்ஜென்டினா தூதரகத்தில் தங்கிக்கொண்டார். அவருடன் அப்போது பல கியூபா நாட்டவர்கள் தங்கியிருந்தனர்.

புரட்சி குறித்தும் குவாடமாலாவில் அடுத்து கம்யூனிஸ்டுகள் செய்ய வேண்டிய காரியங்கள் குறித்தும் கட்டுரை எழுதினார். அது குறித்த ஆய்வுகளையும் அவர் மேற்கொண்டார். விவசாயிகளிடம் குவாடமாலா அரசு, ஆயுதங்களைக் கொடுத்துப் போராட்டத்தில் ஈடுபடச் செய்திருந்தால் அமெரிக்க சதியை முறியடித்து இருக்கலாம் எனும் பார்வையில் அவர் எழுதிய கட்டுரை இரண்டு விளைவுகளை உண்டாக்கியது.

அர்ஜென்டினா தூதரகத்தில் அவரோடு தங்கியிருந்த கியூபா நாட்டவர்கள் மத்தியில் அவர் நாயகனாகப் பார்க்கப்பட்டார். இன்னொன்று அந்தக் கட்டுரையைப் படித்தபின் சி.ஐ.ஏ—வுக்கு முதன்முதலாக சே குவாராவின் பெயர் பரிச்சயமானது. 'யார் இந்த சே குவாரா? அவனை முதலில் வேட்டையாடுங்கள். மிக ஆபத்தானவனாகத் தெரிகிறான். நம்மை எதிர்க்கும் முழு தந்திரம் அவனுடைய மூளையில் இருக்கிறது. அது செயல்படுவதற்குள் நாம்

அவனை அழிக்க வேண்டும்' என முடிவெடுத்து ஆட்களை ஏவிவிட்டது.

ஒரு பக்கம் சி.ஐ.ஏ., சே குவாராவைத் தீவிரமாகத் தேடத் துவங்க, இன்னொரு பக்கம் கியூபா நாட்டவர்கள் சே குவாராவைத் தங்களின் உற்ற நண்பனாகப் பார்த்தனர். அவர்கள் சே குவாராவைப் பற்றி பிற்பாடு மூன்று விஷயங்களைக் கூறினர். முதலாவது அவரது தயாள குணம். இரண்டாவது அவரது பணப் பிரச்னை. மூன்றாவது குவாடமாலாவை அமெரிக்கர்களிடமிருந்து காப்பாற்ற அவர் வைத்திருந்த புரட்சிக்கான ஆயுதம் தாங்கிய திட்டங்கள்!

இப்படியாக அர்ஜென்டினா தூதரகத்தில் சே குவாராவுக்கும் கியூபா சகாக்களுக்கும் இடையிலான நட்பு இறுகியது. அவர்கள் மத்தியில் சே குவாரா நாயகனாகக் கருதப்பட்ட நாட்களில் நிக்கோலோபஸ் என்ற புதிய இளைஞன் ஒருவன் கியூபாவிலிருந்து தப்பித்து வந்து சேர்ந்தான். அவனது உடலில் இருந்த காயங்கள் புரட்சியின் வலியை சக கியூபா நாட்டவர்களுக்கு உணர்த்தின. அவனிடம் கியூபாவின் தற்போதைய நிலை, மற்றும் காஸ்ட்ரோவின் நிலை ஆகியவற்றை கியூபா நாட்டவர்கள் கேட்டு அறிந்தனர்.

உணர்ச்சிவசப்பட்டவர்களாக, "இங்கு நம்முடன் ஓர் அர்ஜென்டினா மருத்துவர் இருக்கிறார். அவர் மட்டும் புரட்சியில் நம்மோடு கைகோத்துக்கொண்டால் நமக்கு விடுதலை உறுதி. ஒரு முறை... ஒரே முறை நீ மட்டும் இவர் பேசுவதைக் கேட்டால் போதும், இப்போதே இவரை கியூபாவுக்குக் கூட்டிச் சென்று நம் போராட்டத்தில் கலந்து கொள்ளச் சொல்வாய்" எனக் கூறி நெகிழ்ந்தனர்.

நிக்கோலோபஸுக்கு முதலில் நம்பிக்கை இல்லை. ஆனால், சே குவாராவுடன் அறிமுகம் ஏற்பட்ட அடுத்த நொடியே அவரது முகம் மாறியது. அடுத்தடுத்த நொடிகளில் உடலில் மின்சாரம் ஏறியது. சே குவாராவின் வார்த்தைகள் அவரைத் துள்ளி எழச் செய்தன. நாடி நரம்புகளில் மீண்டும் முறுக்கேறியது.

பாடிஸ்டா அரசாங்கத்தால் தன் தோழர்கள் சிறைப்பிடிக்கப்பட்டு, காஸ்ட்ரோ விரட்டப்பட்ட நிலையில் எங்கே தன் தேசத்தின் விடுதலை சாத்தியமற்றுப் போகுமோ

என் நிக்கோலோபஸ் நினைத்திருந்த சூழலில் சே குவாராவின் வார்த்தைகள் ஆழ் மனதில் மீண்டும் நெருப்பை அள்ளிக் கொட்டின. கண்கள் விரிந்தன. தோள்கள் தினவு எடுத்தன.

"தோழரே! நீங்கள் யார்? இது நாள் வரை எங்கிருந்தீர்கள்? எங்கள் மண்ணுக்கு உங்களைப் போன்றவர்கள்தான் தேவை. உங்களிடம் வீரம், விவேகம் இரண்டும் இருக்கின்றன. எங்கள் தலைவர் ஃபிடல் காஸ்ட்ரோவும் நீங்களும் கைகோத்தால், கியூபாவின் அடிமை வானில் புதிய சூரியன் நிச்சயம் உதிக்கும்" என உற்சாகத்துடன் பேச, அது வரை சே குவாராவுக்குள் அடைபட்டுக்கிடந்த பல குதிரைகள் கட்டு அறுத்துக்கொண்டுத் திமிறின. அதிகார வேர்களின் ஆழத்துக்குச் சென்று அதை முழுவதுமாக அறுக்கத் தன் கைகளை நோக்கிப் புதிய வாள் ஒன்று புறப்பட்டு வருவதைக் கண்டது போல அவரது உள்ளம் திமிறி எழுந்தது.

8

'**உ**னக்கு முன்னால் நடக்கும் அக்கிரமங் களைக் கண்டு உன் ரத்தம் கொதித்தால் நீ என் தோழன்!' இதுதான் சே குவாரா!

சே குவாராவின் வாழ்க்கையில் அவருடைய இதயமாக விளங்கியவர் காஸ்ட்ரோ. இருவருடைய நட்பும் ஓர் உலகக் கவிதை. அந்தக் கவிதையை முழுமையாகப் புரிந்துகொள்ள வேண்டுமானால் கியூபா என்ற குட்டி தேசத்தைப்பற்றியும் அதன் வரலாற்றைப் பற்றியும் தெரிந்திருக்க வேண்டும்.

கியூபா!

குட்டித் தீவு. வட அமெரிக்காவுக்குக் கீழே கரீபியக் கடலில், கரும்புக் காடாக விரிந்துகிடக்கும் அழகிய தேசம். அப்போது தென் அமெரிக்கா முழுவதும் பூர்வ குடிகளான செவ்விந்தியர்கள் மகிழ்ச்சியுடன் வாழ்ந்து வந்தனர். அன்று அந்த பூமி அவர்களுக்கு மட்டுமே சொந்தம். பதினாறாம் நூற்றாண்டின் துவக்கத்தில் ஒரு நாள் அந்த அற்புதப் பிரதேசத்துக்கு கெட்ட சகுனம் ஒன்று தோன்றியது. அன்றுதான் அவர்களுடைய கடற்கரையில் ஒரு கப்பல் தரை தட்டியது. அதிலிருந்து கடலில் குதித்தான் கொலம்பஸ்.

பூர்வ குடிகள் கப்பலையும் அவனையும் ஆச்சர்யமாக பார்த்தனர்.

அப்போது கப்பலிலிருந்து ஆயிரக்கணக்கான வீரர்கள் கையில் ஆயுதத்துடனும் கொலை வெறியுடனும் கரையில் குதித்தனர். புதிதாக ஒரு நாட்டைக் கண்டுபிடித்துவிட்ட உற்சாக வெறி அவர்களிடம்! கொலம்பஸின் ஆயிரக்கணக்கான ஸ்பெயின் வீரர்கள், பூர்வ குடிகளை கூட்டம் கூட்டமாக வெட்டிச் சாய்த்தனர். எஞ்சியவர்களை அடிமையாக்கினர். ஸ்பெயின் மகாராணிக்குப் தகவல் போனது. அடுத்த கப்பலில் கூட்டம் கூட்டமாக ஸ்பானியர்கள் வந்திறங்கி, கியூபாவில் குடியேறினர். கிட்டத்தட்ட தென் அமெரிக்கக் கண்டம் முழுவதும் ஸ்பானிய அமெரிக்கா எனக் குறிப்பிடும் அளவுக்குக் குடியேற்றம் நிகழ்ந்தது. அட்டை, ரத்தத்தை உறிஞ்சுவது போல் கியூபாவின் வளத்தை ஸ்பெயின் அரசு உறிஞ்சியது. பழங்குடிகளின் அடிமை வாழ்வில் அவ்வப்போது புரட்சித் தீப்பொறிகள் தோன்றி மறைந்தன.

ஹொஸே மார்த்தி எனும் கவிஞனின் தலைமையில் 1800—ல் பூர்வ குடிகள் அணி திரண்டனர். ஸ்பெயினில் மார்த்திக்குக் கிடைத்த உயர் கல்வி மற்றும் உலகளாவிய பார்வையாலும், தன் இனம் குறித்த விழிப்பு உணர்வாலும் பூர்வ குடிகளில் அவர் மட்டும் புரட்சிக்கு விசேஷமாகத் துள்ளி எழுந்தார். வெளிநாடுகளில் தங்கிப் படை திரட்டி, கியூபாவுக்குள் அவர் நுழைந்தபோது, ஸ்பெயின் அரசு ஹொஸேயைச் சுட்டுக்கொன்று, புரட்சியை வலுவிழக்கச் செய்தது. ஆனால், மக்களின் நெஞ்சங்களில் அவர் ஏற்றிய நெருப்பு மட்டும் அணையாமல் இருந்தது. அவர் எழுதிய பாடல்தான் இன்றும் கியூபாவின் தேசிய கீதம்.

இந்தச் சூழலில்தான் அமெரிக்கப் பூனைக்கும் கியூபாவின் இயற்கை வளத்தின் மேல் ஆசை வந்தது. மேலும், கியூபா எனும் அந்தக் குட்டித் தீவை மட்டும் கைப்பற்றி விட்டால் வளம் கொழிக்கும் தென் அமெரிக்கா முழுவதையும் தன் வசமாக்கிக் கொள்ளலாம் என்பது அதன் திட்டம். அதனால் கியூபா புரட்சியாளர்களுக்கு அமெரிக்கா உதவி செய்ய, ஸ்பானிஷ் — அமெரிக்க யுத்தம் தொடங்கியது. 1902—ல் ஸ்பானிஷ் அரசு முழுவதுமாக விரட்டியடிக்கப்பட்டது. திருவாளர் நல்லவராக வந்த அமெரிக்கா கியூபாவை மெல்ல

அஜயன் பாலா ✠ 61

மெல்ல தன் காலனி நாடாக மாற்றி, அதன் அதிபராக ஒரு ரப்பர் ஸ்டாம்பை உட்கார வைத்து, அவர் மூலமாக கியூபாவின் வளத்தை உறிஞ்சத் திட்டமிட்டது.

அதன்படி 1902—ல் கியூபாவின் முதல் குடியரசுத் தலைவராக டூமாஸ் எஸ்ட்ராடா பாமா என்பவரை நிறுத்தி, துப்பாக்கி முனையில் மக்களை மிரட்டி அவரையே அதிபராகத் தேர்ந்தெடுக்க வைத்தது. பிற்பாடு 1940—ல் கடைசி கியூபா அதிபராக இருந்த ஃபெலன்சியா பாடிஸ்டா வரை அமெரிக்கா கியூபாவை முழுவதுமாக வளைத்து அதன் விளைச்சலில் பெரும் லாபத்தை யுனைட்டட் ஃப்ரூட்ஸ் வாழைப்பழ வியாபார கம்பெனி மூலமாக உறிஞ்சியது. கியூபாவில் கிட்டத்தட்ட இரண்டரை லட்ச ஏக்கர் விளைச்சலைப் பயன்படுத்திக்கொண்ட கம்பெனி தன் கொள்ளை லாபத்துக்கு ஏற்ப, தொழிலாளர் கூலியை அநியாயமாகக் குறைத்து அவர்களை வாட்டி வதைத்தது. அப்போது கியூபாவை ஆண்ட பாடிஸ்டா ஆட்சியில் இது உச்சக்கட்டமாக நிகழ்ந்தது.

ஒரு பக்கம் நிலத்தில் கடுமையான உழைப்பு. இன்னொரு பக்கம் பட்டினி. இதனால் விரக்தியடைந்த மக்கள் கொதித்து எழுந்தனர். கூடிப் பேசினர். இயல்பாக, அவர்களிடையே ஓர் இளம் சிங்கம் சிலிர்த்து எழுந்தான். அவன்தான் ஃபிடல் காஸ்ட்ரோ.

காஸ்ட்ரோவுக்கு அப்போது முன்மாதிரியாக இருந்தவர் புரட்சிக் கவிஞர் ஹொஸே மார்த்தி. அவரைப் போலவே கொரில்லா யுத்தத்துக்கு நாமும் தயாராக வேண்டியதுதான் என காஸ்ட்ரோ முடிவெடுத்தார். அவரைச் சுற்றி கோபமிக்க இளைஞர்கள் ஒன்று திரண்டனர். ஆயுதங்கள் சேகரிக்கப்பட்டன. அவர் விடுதலை இயக்கத்தைத் தோற்றுவித்தார். மக்களின் பேராதரவு குவிந்தது. கிராமம் கிராமமாகச் சென்று விவசாயிகளை சந்தித்தார் காஸ்ட்ரோ. கூட்டம் கூட்டமாக மக்கள் அவருக்குக் கை கொடுத்தனர். உடன் தங்களுடைய வியர்வைத் துளிகளான பணத்தையும் கொடுத்தனர். அதைவிட உயர்ந்த எரி சக்தி உலகில் வேறு என்ன இருக்க முடியும்? அது கொடுத்த உற்சாகத்தில் காஸ்ட்ரோ புரட்சிக்குத் திட்டமிட்டார்.

கரும்புக் காடுகளில் போர்ப் பயிற்சி நிகழ்ந்தது. பாடிஸ்டா

அரசுக்கு மூக்கு வியர்த்தது. கரும்புக் காடுகளில் தீவிர தேடுதல் வேட்டை நிகழ்ந்தது. ஆனால், அரசால் யாரையும் பிடிக்க முடியவில்லை. இதனால் விவசாயிகளையும் அப்பாவி மக்களையும் பாடிஸ்டா அரசு துன்புறுத்தியது.

அதே சமயம் காஸ்ட்ரோவும் தன் தாக்குதலுக்கு நாள் குறித்தார். 1953 ஜூலை 26. அந்த நேரத்தில் கியூபா முழுவதும் கொண்டாட்டம் நடக்கும். கொண்டாட்டத்தில் அரசு கவனத்தைக் குவித்திருக்கும்போது தன் தாக்குதல் முழு வெற்றியடையும் எனத் திட்டமிட்டார். சான் டியாகோ, மான்கடா பகுதியில் இருந்த ஒரு ராணுவ கிடங்குதான் காஸ்ட்ரோவின் முதல் இலக்கு. மொத்தம் 135 வீரர்கள். படைகளை மூன்றாகப் பிரித்தார். காஸ்ட்ரோவின் திட்டப்படி ராணுவ வீரர்கள் களைப்பில் உறங்கிக்கொண்டு இருந்த இரவு வேளையில் தாக்குதலுக்குக் கட்டளையிட்டார்.

துவக்கத்தில் வெற்றி கிடைத்துப் புரட்சியாளர்கள் முன்னேறினாலும், பாடிஸ்டா அரசின் நவீன ஆயுதங்கள் காஸ்ட்ரோவின் படையை சுலபமாக விரட்டியடித்தன. புரட்சியாளர்கள் பலர் கொல்லப்பட்டனர். பலர் சிறை பிடிக்கப்பட்டனர். காஸ்ட்ரோ கைது செய்யப்பட்டு சிறையில் அடைக்கப்பட்டார்.

காஸ்ட்ரோ கைது செய்யப்பட்ட விவரம், கரும்புக் காட்டில் தீப்பற்றினாற் போல் கிராமம் எங்கும் பரவ, மக்கள் கொதித்து எழுந்து வீதிகளில் இறங்கினர். போராட்டம் வெடித்தது. புரட்சி, மக்கள் இயக்கமாக மாறுவதைக் கண்டு அதிர்ந்த பாடிஸ்டா அரசு, தன்னை உடனடியாகக் காப்பாற்றிக்கொள்ளவும், இழந்த மதிப்பை மக்களிடையே மீண்டும் பெறவும் ஒரு திட்டம் தீட்டியது. அதன்படி காஸ்ட்ரோவை விடுதலை செய்தது. அதற்குமுன் இனி கியூபாவில் அவர் இருக்கக் கூடாது என உத்தரவிட்டு வெளியேற்றியது. ஆனாலும் சிறைப்பிடிக்கப்பட்ட பல தோழர்களை அரசாங்கம் கொன்று குவித்தது. பலர் தப்பித்தனர்.

அடுத்து என்ன செய்யலாம் என்ற யோசனையுடன் காஸ்ட்ரோ ஹவானாவில் தங்கியிருந்த சமயத்தில்தான் அவருக்கு நிக்கோலோபஸிடமிருந்து ஒரு கடிதம் வந்தது.

ஃபிடல் காஸ்ட்ரோவுடன் சே குவாரா

'அன்புமிக்க காஸ்ட்ரோ,

நம் விடுதலைப் போரின் மகத்தான திருப்பத்தை உண்டாக்கக் கூடிய ஒரு நபரைச் சந்தித்தேன். அவரிடம் இருக்கும் திட்டம், தந்திரம், அனுமானம், ஊக்கம் ஆகியவற்றுக்கு அளவே இல்லை. அவரும் நீங்களும் ஒரு முறை, ஒரே முறை சந்தித்தால்கூடப் போதும், கியூபாவின் விடுதலைக்கான வெளிச்சக் கீற்று உதயமாகும்.'

காஸ்ட்ரோவுக்கு நிக்கோலபஸை முழுமையாக தெரியுமாதலால் அந்த கடிதத்தை நம்பினார். 'யார் அவர்? உண்மையில் நிக்கோலோபஸ் எழுதியிருப்பது போல கியூபா விடுதலைக்கு அவர் உறுதியாக இருப்பாரா' என அவரது மனம் கணக்குப் போட்டது.

கிட்டத்தட்ட இதே சமயம் குவாடமாலாவில் சே குவாரா, யார் இந்த காஸ்ட்ரோ? கியூபா நாட்டவர்கள் இவ்வளவு புகழ்கிறார்களே. உண்மையில் அவர் அத்தனை தீரமிக்கத் தலைவர்தானா? நான் அவரைத் தலைவராக ஏற்கும் அளவுக்கு வீரம் உள்ளவரா?" என்று யோசித்துக்கொண்டிருந்தார்.

9

காஸ்ட்ரோவிடமிருந்து வந்த அந்தக் கடிதத்தைக் கண்டதுமே நிக்கோலோபஸுக்கு மிகவும் மகிழ்ச்சி. 'சே'யை சந்திக்கத் தானும் விரும்புவதாக காஸ்ட்ரோ அதில் எழுதி இருந்தார். துரிதமாக ஏற்பாடுகள் செய்யப்பட்டன. அப்போது குவாடமாலாவில் நிலைமை மோசமாக இருந்தது. இந்தச் சந்தர்ப்பத்தில் காஸ்ட்ரோ தன் இடத்துக்கு வந்து சந்தித்தால் சரியாக இருக்காது. மேலும், அமெரிக்க ஓநாய்க்கு நிச்சயம் மூக்கு வியர்த்துவிடும். அதனால் மெக்ஸிகோவுக்கு வந்து தன்னைச் சந்திக்கும் படி சே, நிக்கோலோபஸ் மூலமாக காஸ்ட்ரோவுக்குத் தெரியப்படுத்தினார்.

1955—ம் வருடம் குளிர்ந்த ஜூலை மாதத்தில் ஓர் இரவில் மெக்ஸிகோ நகர வீதி ஒன்றில் மரியோ ஆன்டோனியோ என்பவரின் வீட்டு முன் வந்து நின்ற காரிலிருந்து, பின்னாளில் புகழ்மிக்கத் தலைவராக உருவெடுத்த ஃபிடல் காஸ்ட்ரோ தன் சகோதரர் ரால் கேஸ்ட்ரோவுடன் இறங்கினார்.

வீட்டினுள்ளே அவர்களுக்காகக் காத்திருந்த சே குவாரா எனும் 27 வயது இளைஞன் தன் வாழ்க்கையையே மாற்றப்போகும்

கை குலுக்கல் ஒன்றுக்காகக் காத்திருந்தார். அடுத்த சில நொடிகளில் வரலாற்றுச் சிறப்புமிக்க அந்தச் சம்பவம் நிகழ்ந்தது.

சே குவாராவும் ஃபிடல் காஸ்ட்ரோவும் வெவ்வேறு துருவங்கள். காஸ்ட்ரோவுக்கு போர்க் குணமும், போராட வேண்டிய அவசியமும் இருந்தது. ஆனால், போராட்டத்துக்கு வேண்டிய தத்துவப் பின்புலம் இல்லை. 'சே'வுக்குள் கம்யூனிஸம் தத்துவமாக உறைந்திருந்தது. ஆனால், போராட்டக் களம் இல்லை. இருவரும் இணைந்தபோது... சக்திகள் இடம் மாறின!

கனவுகள்தான் இருவரையும் கைகுலுக்க வைத்தது.

இந்த உலகமே நோயின் பிடியிலிருந்து விடுபட்டு, தன்னால் உலக மக்களின் வாழ்வில் பேரமைதி கிடைப்பது போல் 'சே'வுக்கு ஒரு கனவு. அதன் பொருட்டு பெரும் மலைச் சிகரத்தில் உற்சாகமாக ஏறுபவரைப் போல, அதிகாரமற்ற உலகுக்கு மனித குலத்தை அழைத்துச் செல்வது போல, மனித குலம் சுதந்திரமாக வாழ்வதற்கு தான் பெரிய காரியம் ஆற்றுவதைப் போலக் கனவுகள், கண்கள் நிறைந்து காணப்பட்டன.

அது போலத்தான் காஸ்ட்ரோவுக்கும் கனவுகள் இருந்தன. ஆனால், காஸ்ட்ரோவின் கனவுகள் 'சே'யினுடையதைப் போலப் பிரபஞ்ச உணர்வு கொண்டிருக்கவில்லை. மாறாக கியூபாவையும் அதன் மக்களையும் மட்டுமே மையம் இட்டிருந்தது. தன் மக்களின் வேதனையும் கூக்குரலும் காதில் ஒலிக்கும்போது மற்றவர்களைப்பற்றி அவரால் எப்படி யோசிக்க முடியும்?

ஆனால், இருவருடைய கனவுகளும் அமெரிக்காவை இலக்காகக் கொண்டிருந்தன. எதேச்சாதிகாரத்தை வேரோடு களையெடுக்க இருவரும் உறுதி எடுத்தனர். காஸ்ட்ரோவின் உறுதியும் வீரமும் 'சே'யை பெரிதும் வசீகரித்தன. அந்த நொடியிலேயே காஸ்ட்ரோவை சே தன் தலைவனாக வரித்துக்கொண்டார்.

'சே'யின் போர் குறித்த அறிவு காஸ்ட்ரோவுக்குப் பெரும் ஆச்சர்யத்தைத் தோற்றுவித்தன. இத்தனை சிறிய வயதில், நேரடியாக இது வரை களத்தில் துப்பாக்கித் தூக்காத

ஒருவனுக்கு கொரில்லா போர் முறையில் இத்தனை அறிவா. சேயின் வியூகத்தைக் கேட்டு காஸ்ட்ரோ வியந்தார். தனக்கு நிகரான ஏதோ ஒன்று 'சே'யிடம் இருப்பதையும், அந்த பலம் கியூபாவின் அடிமைத்தளையைத் தகர்க்கும் எனவும், மட்டையினூடே விகசிக்கும் காலைக் கதிரவனின் ஒளியாக காஸ்ட்ரோவின் மனதில் நம்பிக்கை ஒளி எழுந்தது.

அப்போது சேவுக்கு வயது 27. காஸ்ட்ரோவுக்கு 32. காஸ்ட்ரோவுக்காவது கியூபா தன் சொந்த நாடு. போராட வேண்டிய அவசியம் இயல்பானது. ஆனால், சேவுக்கு அப்படி அல்ல. தனக்கு முற்றிலும் தொடர்பற்ற மற்றொரு தேசத்தில், அந்த மக்களின் விடுதலைக்காகத் தன் உயிரைப் பணயம் வைத்து ஆயுதம் எடுப்பது உலக வரலாற்றில் நிகழ்ந்திராத ஒன்று.

"கால்கள் தான் என் உலகம்" என சே ஒரு முறை ஆல்பர்ட்டோவிடம் கூறியிருந்தார். 'என் கால்கள் பதியும் பெருவெளி அனைத்தும் எனது! அதில் வாழும் அனைவரும் என் சகோதரர்கள்' எனும் பேருண்மையை அர்த்தப்படுத்தும் வாசகம் அது. அதனால்தான் காஸ்ட்ரோவிடம், "கியூபாவுக்கு விடுதலை கிடைக்கும் வரைதான் நான் உங்களுடன் இருப்பேன். அதன்பின் நான் என் பயணத்தைத் தொடர்ந்து,

வெவ்வேறு இடங்களுக்குச் சென்றுவிடுவேன்” என அழுத்தமாகக் கூறியிருந்தார் சே. காஸ்ட்ரோவும் அதற்கு ஒப்புக்கொண்டார்.

ஜூலை 26!

முன்பு மான்கடா தாக்குதலில் தோல்வி கண்ட ஜூலை 26—ம் தேதி வடுவாக காஸ்ட்ரோவின் மனதில் தங்கியிருந்தது. இப்போது ‘சே’யைக் கண்டதும் காஸ்ட்ரோவுக்குள் மீண்டும் நம்பிக்கை முளைத்தது. தன் புதிய தாக்குதலுக்கும், இயக்கத்துக்கும் ஜூலை 26 என்றே பெயர் சூட்டினார்.

இயக்கத்தின் முக்கியத் தளபதிகளை ‘சே’வுக்கு காஸ்ட்ரோ அறிமுகம் செய்துவைத்தார். நகர்ப்புறத் தலைவர் ஃப்ராங் பெய்ஸ், புரட்சிகர மாணவர் இயக்கத்தின் தலைவர் ஜோஸ் அன்டோனியோ எஷெவரியா, கம்யூனிஸ்ட் தலைவர் ஃப்ளேவியா பிரேவா. அவர்களுடைய உறுதியான கை குலுக்கலில் ஒவ்வொருவர் கண்களிலும் மின்னிய புரட்சியின் நட்சத்திரத்தை சே உணர்ந்தார். உடன் ஆயுதப் பயிற்சிக்கான ஆட்கள் சேகரிப்பு நடந்தன. இந்தச் சமயத்தில் ரஷ்ய உளவுத் துறையான கே.ஜி.பி —யின் நிக்கோலாவாய் செர்கோவிசின் அறிமுகம் கிடைக்க, ஆயுத உத்தரவாதம் கிடைத்தது.

ஒரு பக்கம் போருக்காக சே ஆயத்தமாகிக்கொண்டிருக்க இன்னொரு பக்கம் வாழ்க்கையில் காதல் காற்றும் வீசியது. குவாடமாலா சிறையிலிருந்து வெளி வந்த பிறகு, ஹில்டா, தன் இல்வாழ்க்கை குறித்து முடிவெடுக்கும்படி சேயிடம் வேண்டுகோள் விடுத்தார். ஒருவகையில் ஹில்டாதான் ‘சே’யை முழு புரட்சிக்காரனாக மாற்றி அமைத்தவள். அதைவிட வலியது அவளுடைய அன்பு. கஷ்டப்பட்டபோது வாடகைப் பணம் கொடுத்த இளகிய மனம். சே, ஹில்டாவின் வேண்டுகோளை ஏற்றார்.

கியூபாவுக்குப் புறப்படுவதற்கு முன், பெரு நாட்டைச் சேர்ந்த ஹில்டாவுக்கும் சே குவாராவுக்கும் ஆகஸ்ட் 18—ம் தேதி எளிமையாகத் திருமணம் நடந்தேறியது. சந்தடி இல்லாமல் நடந்த புரட்சியாளர்களின் திருமணம் அது. காஸ்ட்ரோகூட அதில் பங்கேற்கவில்லை. காஸ்ட்ரோவின் சகோதரர் ரால் காஸ்ட்ரோ மட்டுமே பங்கேற்றார்.

10

ஒரு மகத்தான வீரனைத் தன்னுடன் இணைத்துக் கொண்ட தருணத்திலிருந்து கியூபா அரசியலில் எவரும் அறியாத மாற்றங்கள் நிகழத் துவங்கின. வரைபடங்கள் விரிக்கப்பட்டன. புரட்சிக்கான திட்டங்கள் வரையறுக்கப்பட்டன. பயிற்சிக்கான ஆட்கள் கியூபாவிலிருந்தும் மெக்ஸிகோவிலிருந்தும் சாதாரண வழிப்போக்கர்போல காஸ்ட்ரோவின் இருப்பிடத்துக்கு வந்து சேர்ந்தார்கள்.

யாருக்கும் சந்தேகம் எழுந்துவிடாதபடி காஸ்ட்ரோ தன் ஒவ்வோர் அடிவைப்பிலும் மேற்கொண்ட கவனமான, திட்டமிட்ட அணுகுமுறை சே குவாராவைக் கவர்ந்தது. ஆட்கள் சேர்ந்தபின் அவர்களுக்கு முறையான பயிற்சி அளிக்க காஸ்ட்ரோ முடிவு செய்தார். முன்பு மான்கடாவில் ஏற்பட்ட தோல்விக்கு முக்கியக் காரணம் போதிய ராணுவ பயிற்சியின்மைதான் என்பதை நன்கு உணர்ந்திருந்த காஸ்ட்ரோ இந்த முறை தன் தவறைத் திருத்திக்கொண்டார். அதற்கு சே குவாராவும் ஒரு முக்கியக் காரணி.

பயிற்சி கொடுக்க ஆல்பர்ட்டோ பயஸ் என்பவர் வரவழைக்கப் பட்டார். கியூபாவிலிருந்த காஸ்ட்ரோவின் ஆட்கள் பயிற்சிக்கான செலவுத் தொகையைச் சேகரித்தனர். மக்களிடமிருந்து

ரகசியமாகத் திரட்டப்பட்ட பெரும் தொகை மெக்ஸிகோவிலிருந்த காஸ்ட்ரோவின் இருப்பிடத்துக்கு வந்து சேர்ந்தது. காஸ்ட்ரோ சிக்கனமாகச் செலவு செய்தார். ஒவ்வொரு காரியத்தையும் அவரே முன்னின்று செய்தார். அமெரிக்கா, மெக்ஸிகோ ஆகியவற்றின் கள்ளச் சந்தையிலிருந்து ஆயுதங்கள் வாங்கப்பட்டன.

கியூபாவிலிருந்து வந்த ஆட்கள் அனைவரும் மெக்ஸிகோவில் ரகசியமாகத் தங்க வைக்கப்பட்டனர். மொத்தம் நாற்பத்தெட்டு பேர். மறு நாள் முதல் அவர்களுக்கு ஆயுதப் பயிற்சி ஆரம்பம். சே குவாரா மிகவும் துடிப்புடன் இருந்தார். இது வரை அவர் ஆயுதங்களைத் தொட்டதில்லை. ஆவலுடன் ஆல்பர்ட்டோ பயஸின் பயிற்சியில் கலந்து

கொண்டார். பயிற்சி அவர் நினைத்தது போல் அத்தனை சுலபமாக இல்லை.

ஆயுதத்தைத் தொடுவதற்கு முன் பல பயிற்சிகளை அவர்கள் செய்ய வேண்டியிருந்தது. தரையில் முட்டிக் காலில் தவழ்வது, ஊர்வது, சுமைகளைச் சுமந்தபடி ஆற்றை கடப்பது, நீண்ட தூர நீச்சல், மலை ஏற்றம் என ஒவ்வொரு நாளும் பயிற்சி கடுமையாக இருந்தது. இறுதியில் ஆயுதப் பயிற்சி வந்த போது சே குவாரா முழுமையான வீரனாக மாறியிருந்தார். ஆயுதப் பயிற்சியில் சே குவாராவின் அபாரத் திறனைக் கண்ட ஆல்பர்ட்டோ பயஸ் காஸ்ட்ரோவிடம், "இவர் ஒருவர் மட்டுமே போதும்" என வெற்றியைச் சிரிப்பில் காட்டினார்.

பயிற்சி முடிந்த பின் வீரர்கள் முழுமையான கொரில்லாக்களாக மாறியிருந்தனர். புரட்சிக்கான நாள் குறிக்கப்பட்டது. இந்த முறை, தன் கனவுகளை நிறைவேற்ற காலம் ஒரு மகத்தான வீரனைப் பரிசளித்திருக்கிறது எனும் நம்பிக்கை காஸ்ட்ரோவின் கண்களில் தெரிந்தது.

ஆனால், அந்தச் சமயத்தில்தான் யாரும் எதிர்பாராமல் ஒரு சம்பவம் நிகழ்ந்தது. அதிரடியாக காஸ்ட்ரோவின் வீட்டுக்குள் நுழைந்த மெக்ஸிகோ போலீஸ், "அத்துமீறி நீங்கள் மெக்ஸிகோவில் நுழைந்ததற்காக உங்களைக் கைது செய்கிறோம்" எனக் கூறி அவரைக் கைது செய்தது. அடுத்த இரண்டாவது நாளில் சே குவாரா மற்றும் இதர வீரர்களையும் போலீஸார் கைது செய்து சிறையில் அடைத்தனர். வெற்றி என்பது அத்தனை சுலபமானதல்ல. தடைக் கற்கள் ஆயிரம் இருக்கும்.

சட்டென முடங்கிப்போன புரட்சித் திட்டத்தைப்பற்றி காஸ்ட்ரோவின் மனம் வேதனைப்பட்டாலும் அவர் சோர்ந்து விடவில்லை. மாற்று வழிகளைத் தேடி மூளையைக் கசக்கிக்கொண்டார். சட்டென அந்த யோசனை பளிச்சிட்டது. பேசாமல் மெக்ஸிகோவின் முன்னாள் குடியரசுத் தலைவரை சந்தித்தால் என்ன?

லசோர கார்டனஸ்! மெக்ஸிகோ முன்னாள் குடியரசுத் தலைவர். அமெரிக்க எதிர்ப்பு இவரிடம் வெறியாக ஓடிக் கொண்டிந்தது. தன் ஆட்கள் மூலம் அவரிடம்

விவரங்களை எடுத்துக் கூறினால் விவகாரம் எளிதாகிவிடும் என்பதை அறிந்தவர் காஸ்ட்ரோ. காரியத்தை மின்னல் வேலத்தில் செயலாற்றினார். நினைத்தது போலவே திட்டம் நிறைவேறியது. அடுத்த சில நாட்களில் சிறைக் கதவைத் திறந்த காவலர்கள் மிகுந்த மரியாதையுடன் காஸ்ட்ரோவை வெளியில் வரும்படி அழைத்தனர். ஆனால், காஸ்ட்ரோ, தான் மட்டும் வரவில்லை. தன்னுடன் சே குவாராவும் இதர வீரர்களும் வெளியில் அனுப்பப்பட வேண்டும் எனக் கூற சிறைக் கதவு அனைவருக்கும் திறந்து வழிவிட்டது.

ஏறக்குறைய ஒன்றரை வருடக் கடுமையான ஆயுதப் பயிற்சிக்குப் பிறகு *1956*, நவம்பர் *26*—ம் தேதி இரவு, டுகஸ்பான் ஆற்றின் கழி முகத்தில் இரவின் மங்கலான வெளிசசததினூடே சே குவாரா, கிராண்மா என்ற அந்த வரலாற்று சிறப்புமிக்கச் சிறிய படகைச் சுற்றி வந்து பார்வையிட்டார். கிட்டத்தட்ட *86* நபர்களுடன் ஒரு மருத்துவ அதிகாரியாக சே குவாரா தன் வாழ்வின் புதிய அத்தியாயத்தை எழுத மெக்ஸிகோவை விட்டு கியூபாவை நோக்கி அந்தப் படகில் புறப்பட்டார்.

சரியாக நவம்பர் *30*—ம் தேதி கியூபா நிகாராகுவாவில் படகு நங்கூரம் பாய்ச்ச வேண்டும் என்பது திட்டம். ஆனால், பருவ நிலையில் ஏற்பட்ட திடீர் மாற்றத்தால் இரண்டு நாள் தாமதமாகி டிசம்பர் 2—ம் தேதிதான் படகு அங்கே சென்றது.

இந்தத் தாமதத்தால் பாடிஸ்டா அரசுக்குத் சில தகவல்கள் சென்றன. அவர்கள் உஷாராகிவிட்டனர். ஆனாலும், படகு எந்தப் பகுதியில் வரும் என்பதை அவர்களால் தீர்மானிக்க முடியவில்லை. அவர்கள் தடுமாறிக்கொண்டிருந்தபோது படகு கொலராடோ அருகில் லாஸ் கேலாஸ் என்னும் இடத்தில் நின்றது.

அது மாங்க்ரோவ் சதுப்புநிலக் காடு நிறைந்த பகுதியானதால் வீரர்கள் இறங்க சிரமப்பட்டனர். இதனால் அவசியமான சில பொருட்களை படகிலேயே விட்டு வர வேண்டியதாயிற்று. அதற்குள் தகவல் அறிந்த பாடிஸ்டா படை அவர்கள் இறங்கிய கடற்கரைப் பகுதியில் விமானம் மூலம் குண்டு மழை பொழிய, பல குறுங் குழுக்களாக ஓடி அனைவரும் தப்பித்தனர்.

புரட்சியின் முதல் யுத்தம் டிசம்பர் 5—ம் தேதி துவங்கியது. பிரிந்த அனைவரும் கரும்புக் காடுகளின் ஊடே புகுந்து டி பியோவுக்குச் சென்று, அங்கே ஒரு பண்ணையில் முகாமிட்டனர். எதிரிகள் மோப்பம் பிடித்து சிறிய அளவில் அங்கு வந்தனர். முகாமைச் சுற்றி வளைத்து சரமாரியாகத் தாக்கினர். இது சற்றும் எதிர்பாராத தாக்குதல். சே குவாரா அன்றுதான் கொரில்லாப் போரின் ஞானஸ்நானம் பெற்றவராகக் களத்தில் இறங்கித் துப்பாக்கியை எடுத்துத் தோளில் வைத்தார்.

அருகில் நின்ற சே குவாரா சட்டென்று சரிந்து விழுந்ததைப் பார்த்த சக வீரனுக்கு அதிர்ச்சி. கழுத்திலிருந்து ரத்தம் குபுக்கென்று வழிந்தது. ஆனாலும் ரத்தப் போக்கைக் கட்டுப்படுத்தும் விதமாக தன் கையால் அழுத்திப் பிடித்தபடி சே குவாரா உடனே எழுந்து கொண்டார். அன்று பாடிஸ்டாவின் சிறிய படை தோல்வியைச் சந்தித்தது. ஆயினும் கொரில்லாக்கள் பலர் இதில் உயிரிழந்தனர். அவர்களுள் சே குவாராவும் காஸ்ட்ரோவும் இணையக் காரணமாக இருந்த நிக்கோலோபஸூம் ஒருவர்.

மொத்தம் 86 பேருடன் போரில் இறங்கியதில் தப்பித்தது காஸ்ட்ரோ, சே குவாரா, மற்றும் வெறும் பதினாறு பேர் மட்டுமே. அவர்கள் அனைவரும் உயிர் பிழைக்கத் தப்பித்து ஓடிக்கொண்டு இருந்தனர். அந்தப் பதினாறு பேர்தான் எதிர்கால சுதந்திர கியூபாவின் முக்கியமான ஆயுதங்கள்.

இதை நன்கு உணர்ந்திருந்த காஸ்ட்ரோ, நான்கு பேர் கொண்ட குழுக்களாக அவர்களைப் பிரித்து, தப்பிக்க வைத்தார்.

தன்னுடன் சேர்ந்த நான்கு பேருடன் சே குவாரா, கரும்புக் காடுகளினூடே தப்பித்து சியாரா மிஸ்ராவை நோக்கி ஓடினார். அடையாளம் தெரியாதிருக்க அனைவரும் கரும்புச் சக்கைகளை முகமூடிகளாகப் போட்டுக்கொண்டனர். ஊர்ந்தும் தவழ்ந்தும் நடந்தும் ஆறுகளில் நீந்தியும் சியாரா மிஸ்ரா மலைப் பகுதியைக் கடந்தனர். உண்ண உணவில்லை, உறங்க இடமில்லை. உடல் வலி. சிலருக்கு வயிற்று உபாதை. வயல்களில் பூச்சிக் கடி. போதாக்குறைக்கு கொசுத் தொல்லை வேறு. இப்படிப் பல அவதிகளுடன் பதினைந்து நாட்களுக்குப்பின் மலையடிவாரப் பண்ணை வீடு ஒன்றில் சே குவாராவும் அவரது வீரர்களும் தஞ்சம் அடைந்தனர். பின்னர் ஒவ்வொருவராக ரகசியமாக அங்கு வந்தனர். இறுதியாக காஸ்ட்ரோவும் அங்கு வந்தார்.

அதன் பிறகுதான் காரியங்கள் சூடு பிடித்தன. காஸ்ட்ரோ பதற்றப்படாமல் அடுத்த தாக்குதலுக்கான திட்டத்தில் தீவிரமாக இறங்கினார். சரியான சமயத்துக்காகவும் ஆயுத பலத்துக்காகவும் காத்திருந்தார். சியாரா மிஸ்ரா, கியூபாவின் வறுமையான பகுதி. கரும்பும் காபியும்தான் அங்கு விவசாயம். அனைத்து நிலங்களும் சில பண்ணை முதலாளிகளுக்கே சொந்தம்.

அதனால் மக்கள் போதிய வருமானம் இல்லாமல் துயரத்தில் உழன்று கொண்டிருந்தனர். அவர்களிடமிருந்த கோபம் புரட்சியாளர்களைக் கண்டதும் கண்ணீருடன் கட்டி அணைத்துக் கொள்ள வைத்தது. அவர்கள் ரகசியமாக இரவுகளில் பண்ணைக்கு வந்து காஸ்ட்ரோவையும் சே குவாராவையும் சந்தித்தனர். காஸ்ட்ரோ அவர்களுக்கு நம்பிக்கை ஊட்டினார். பதிலுக்கு அவர்கள் தங்களால் இயன்ற பொருளைக் கொடுத்து புரட்சிக்கு உதவினர்.

1957, ஜனவரி 17—ம் தேதி தளபதி லா பிளாட்டோ கொல்லப்பட்டதன் மூலம் புரட்சியாளர்களின் முதல் வெற்றிச் சங்கொலி கியூபாவில் எதிரொலித்தது. இதைத் தொடர்ந்து யுவேராவில் ஆயுத கிடங்கைத் தாக்கத் திட்டமிடப்பட்டது. அந்தப் பொறுப்பை யாரிடம் தரலாம்,

என காஸ்ட்ரோ யோசித்தபோது அவர் கண்கள் சே குவாராவிடம் நிலை குத்தியது. சே குவாரா காஸ்ட்ரோவின் கட்டளையை ஏற்றார்.

ஆனாலும் காஸ்ட்ரோவுக்குச் சிறு தயக்கம், ஆயுதத்துக்கும் போர் தந்திரத்துக்கும் சே குவாரா புதியவராயிற்றே, சமாளிப்பாரா? அவர் மட்டும் அல்லாமல் உடனிருந்த பல வீரர்களும் சே குவாராவை சந்தேகித்தனர். இவர் மருத்துவர்தானே, இவரால் எப்படி ஒரு படையை வழி நடத்திச் செல்ல முடியும்? நம்பிக்கையும் இல்லாமல் அதே சமயம் அதை வெளிப்படுத்தவும் வழியில்லாமல் தவித்தனர்.

யுவேராவில் ஆயுத கிடங்கு நோட்டமிடப்பட்டது. நாள் குறிக்கப்பட்டது. சே குவாராவுடன் சேர்த்து மொத்தம் பதினெட்டு கொரில்லாக்கள் ஆயுதம் சகிதம் புறப்பட்டனர். அதன் பிறகுதான் சே குவாராவின் முழு ஆற்றலையும் தலைமைப் பண்பையும் கண்டு வீரர்கள் வியந்தனர். அவர் வெறுமனே அதைச் செய் இதைச் செய் என இதர தளபதிகளைப் போல வீரர்களுக்குக் கட்டளை மட்டும் இடவில்லை. மாறாக வீரர்களுக்கு முன்பாக நடந்து சென்று அவர்கள் தானாகப் பின்னால் வரும்படி காரியங்களில் முதல்வராக நின்றார்.

களத்தில் வீரர்கள் குண்டடி பட்டு வீழ்ந்தால் சட்டென மருத்துவராக மாறி உடனடியாக அவர்களுக்குச் சிகிச்சையும் செய்து காப்பாற்றினார். இதனால் வீரர்கள் ஒவ்வொருவருக்கும் சே குவாராவின் மேல் கொள்ளைப் பிரியம் உண்டானது. மேலும் போர்த் தந்திரங்களிலும் நுண்ணறிவிலும் சே குவாராவின் ஆற்றல் அவர்களை பிரமிக்க வைத்தது. நம்மிடம் இருப்பவன் சாதாரணமானவன் அல்ல, மகத்தான தலைவன் என்பதை அவர்கள் முதன்முதலாக உணர்ந்தனர்.

அந்தப் பிரியத்தின் வெளிப்பாடாக அனைவரும் அவரை சே என அழத்தனர். சே என்றால் சகா, தோழன் என்று அவர்கள் மொழியில் அர்த்தம். இப்படியாக சே குவாராவின் தலைமைப் பண்பு, வீரர்களின் உடலில் ஊற்றெடுத்த மிதமிஞ் சிய உற்சாகமாக, பேராற்றலாக வடிவெடுத்தது. அதன் பலனாகத் திட்டமிட்டபடி அவர்கள் ஆயுத கிடங்கைத் தாக்கி முகாமை அழித்தனர்,

இத்தனைக்கும் அவர்கள் வெறும் பதினெட்டு பேர் மட்டுமே. ஆனால், ராணுவத்தினரோ மொத்தம் ஐம்பத்து மூன்று பேர். ஐம்பத்து மூன்று பேர் கொண்ட ஒரு ராணுவ முகாமை வெறும் பதினெட்டு பேர் மட்டுமே கொண்ட சிறு குழு வெல்வதற்கு பின்னால் இருந்தது இரண்டு விஷயங்கள். ஒன்று காலம் காலமாகப் புரட்சியாளர்களின் குருதியில் தோய்ந்திருந்த வலி. இன்னொன்று அதை நெறிப்படுத்தித் திட்டமிட்டு வழிநடத்திய சே குவாராவின் ஆற்றல். வெற்றி செய்தியைக் கேட்டதும் காஸ்ட்ரோ இதைத்தான் உணர்ந்தார். வீரர்களுடன் திரும்பி வந்த சே குவாராவைக் கண்டதும் காஸ்ட்ரோ பெரு மகிழ்ச்சியுடன், கண்ணீர் சோரக் கட்டி அணைத்துக்கொண்டார். அதே உற்சாகத்தில் தன் வீரர்களை நோக்கித் திரும்பிய காஸ்ட்ரோ, "வீரர்களே! இன்று முதல் சே குவாரா நம்முடைய கமாண்டன்ட் ஆக செயல்படுவார்" எனக் கூறி அவரது கைகளை உயர்த்த, பதிலுக்கு சே குவாராவும் "இது தன் வாழ்வின் மிக உயர்ந்த பரிசு" எனக் கண்களில் மகிழ்ச்சி மின்ன உரக்கக் கூறி பரவசமடைந்தார்.

11

புரட்சிப் படையின் இரண்டாவது பிரிவின் கமாண்டன்ட்டாக சே குவாரா, 1957 ஜூலை 2—ம் தேதி நியமிக்கப்பட்டார். அதில் இருபத்தைந்து பேரைக் கொண்ட மூன்று பிளாட்டுகள் அவரின் கீழ் செயல்பட்டன. தனியாகத் திட்டமிட்டு, முடிவெடுத்து, தன்னிச்சையாகப் படையை வழிநடத்திச் செல்லும் முழு உரிமையையும் சே குவாராவுக்கு ஃபிடல் அளித்திருந்தார்.

பதவி கிடைத்த பின் சே குவாரா மாறி விடவில்லை. பொறுப்புகள் அவருக்குச் சிறையாகவே இருந்தன. காட்டாற்று வெள்ளத்தை ஒரு கட்டளை கட்டுப்படுத்தி விடுமா என்ன? சே குவாரா, எப்போதும் போலவே படையின் முதல் நிலை வீரராகவே நடந்து கொண்டார். அம்பை விட வேண்டியவனே அம்பாக மாறிச் சீறிப் பாய்ந்து சென்றால் எப்படி இருக்கும்? அது போலத்தான் சே குவாரா களத்தில் நடந்துகொண்டார்.

ஆனால், காஸ்ட்ரோவுக்குத்தான் இது தலைவலி. வழக்கமாக பதினைந்து நாளைக்கு ஒரு முறை ஃபிடலுக்கு சே குவாராவிடமிருந்து தகவல் வரும். அந்த முறை வந்த தகவலால் காஸ்ட்ரோவுக்குச் சே குவாராவின் மேல் கோபம். காரணம் சே குவாராவின் காலில் குண்டடி பட்ட செய்தி. சே குவாராவின் புத்திசாலித்தனம், துடிப்பு, ஆற்றல் அனைத்தும் புரட்சிக்கு அவசியம். இல்லாவிட்டால் கியூபாவின் விடுதலை சாத்தியமில்லை என்பதை அவர் நன்கு அறிந்திருந்தார்.

‘சே குவாரா! இது நான் உங்களுக்கு விடுக்கும் கடைசி எச்சரிக்கை. இனியும் நீங்கள் களத்தில் முன்னணியில் செல்லக் கூடாது. திட்டமிடுவதும், வீரர்களை நெறிப்படுத்துவதும் மட்டுமே உங்களுடைய வேலை’ என்று ஒரு செய்தி அனுப்பினார் காஸ்ட்ரோ. அதை ஏற்று நடப்பதாக உறுதி அளித்தார் சே குவாரா.

மூன்று ஆண்டுகள் தொடர்ச்சியாக நடந்தது கொரில்லா யுத்தம். கடுமையான ஆஸ்துமா சே குவாராவைத் துன்புறுத்தியபோதும், அடர் வனத்திலும் மலையிலும் சளைக்காமல் வீரர்களுக்குத் தெம்பு ஊட்டியபடி படையை வழி நடத்தினார் சே குவாரா.

‘மரணத்தைப்பற்றி எனக்குக் கவலை இல்லை... என் பின்னால் வரும் தோழர்கள் என் துப்பாக்கியை எடுத்துக்கொள்வார்கள்... தோட்டாக்கள் தொடர்ந்து சீறும்...’ போன்ற அவரது வாசகங்கள், களத்தில் வீரர்களுக்கு மில்லியன் மெகா வாட் மின்சாரத்தைப் பாய்ச்சிச் சீற்றம் கொள்ளவைத்தன. வீரர்கள் சோர்ந்து போகும்போது ஸ்பானிய மொழியின் உயர்ந்த கவிதைகளையும் கதைகளையும் படித்துக்காட்டி உற்சாகப்படுத்துவார். வில் தூரண்ட், பாக்னர், ஹெமிங்வே கிரகாம்க்ரீன் போன்றோரின் கதைகளையும், நெரூடா, மில்டன் ஆகியோரது கவிதைகளையும் வாசித்துக் காட்டுவார்.

படிப்படியாக புரட்சிப் படை வெற்றியை ஈட்டத் துவங்கியது. சியாரா மிஸ்ராவில் நடந்த தாக்குதல் குறிப்பிடத்தக்கது. அவர்களோ மொத்தம் இருபதாயிரத்துக்கும் மேற்பட்ட முழு பலம் கொண்ட ராணுவம். இவர்களோ வெறும் இருநூறுக்கும் குறைவானோர். அவர்களிடம் ராக்கெட், லாஞ்சர், விமானம், நவீன ரக யுத்த தளவாடம் ஆகியவை இருந்தன.

ஆனால், இவர்களிடமோ சே குவாரா, ஃபிடல் எனும் அசைக்க முடியாத இரண்டு மகத்தான வீரர்களைத் தவிர நவீன ஆயுதங்கள் இல்லை. கரும்புக் காடு அரணாக இருந்து புரட்சி வீரர்களைக் காப்பாற்றியது. அசராத வேகமும், தன்னம்பிக்கையும் உற்சாகமும் வீரர்களிடம் இருந்தன. ராணுவ முகாம்கள் தொடர்ச்சியாகத் தகர்க்கப்பட்டு, புரட்சிப் படை முன்னேறியது. ஒவ்வொரு முகாமிலும்

கைப்பற்றப்பட்ட ஆயுதங்களை சே குவாரா, விரயமாக்காமல் அடுத்த தாக்குதலுக்குப் பயன்படுத்தினார்.

பணயக் கைதிகளை சே குவாரா கண்ணியத்துடன் நடத்தினார். அதே சமயம் காட்டிக் கொடுத்த சக வீரர்களை அவர் போட்டுத் தள்ளவும் தயங்கியதில்லை. கிராண்மா படகிலிருந்து இறங்கிய தினத்திலிருந்தே துரோகிகள் கண்டறியப்பட்டு, களை எடுக்கப்பட்டனர். அதே போல கொரில்லாக்களில் சிலர் புரட்சியைப் பயன்படுத்தி சமூகக் குற்றங்களைச் செய்யத் துணிந்தது இன்னொரு பிரச்னை. புரட்சியாளன் எப்போதும் சமூக ஒழுங்குக்குக் கட்டுப்பட்டவன். அவன் அதிகாரத்துக்கும் அரசாங்கத்துக்கும்தான் விரோதியே தவிர மக்களுக்கு அல்ல. மக்களுக்கு அவன் நண்பன். மக்கள் தவறு செய்யும்போது அவர்களைக் குட்டினாலும் அரவணைத்துச் செல்ல வேண்டிய பொறுப்பு அவனுக்கு இருக்கிறது. இதை சே குவாராவும் காஸ்ட்ரோவும் தொடர்ந்து வற்புறுத்தி வந்தனர். அதையும் மீறிக் குற்றம் இழைப்பவர்களுக்கு மரண தண்டனை வழங்கப்பட்டது. அப்படி சே குவாராவால் தண்டனை பெற்றவர்களுள் எஷவாரியாவும் ஒருவன்.

பொதுவாக இது போன்ற களை எடுப்புகள் சே குவாராவால் அதிகம் நிகழ்த்தப்பட்டன. பிற்காலத்தில் சே குவாராவின் மீது இது குறித்துப் பல விமர்சனங்களும் எழுந்தன. அதற்குப் பதில் சொல்லும் விதமாக அவர் இப்படி எழுதினார். ‘நான் அன்று அப்படிப் பலரைக் களை எடுத்திருக்காவிட்டால் கியூபா விடுதலை ஒருபோதும் சாத்தியப்பட்டு இருக்காது. பாதியிலேயே துரோகிகளால் அது காட்டிக்கொடுக்கப்பட்டு சின்னாபின்னமாகி இருக்கும்.’

தலை நகர் ஹவானாவுக்குள் புரட்சிப் படை 1958 ஆகஸ்ட் மாதத்தில் ஊடுருவியது. கியூபா முழுவதும் காஸ்ட்ரோவின் வசமானது. வரலாற்றுச் சிறப்புமிக்க கொரில்லா யுத்த வெற்றி, உலகின் அனைத்து நாடுகளையும் வியப்பில் ஆழ்த்தியது. டைம் இதழ் புரட்சியைப்பற்றி வானளாவப் புகழ்ந்து எழுதியது. அதன் அட்டைப் படத்தில் சே குவாரா மிளிர்ந்தார். கட்டுரையில் சே குவாராவை, புரட்சியின் மூளை என எழுதியிருந்தது.

கியூபாவின் பிரதமராக காஸ்ட்ரோ, 1959 பிப்ரவரி 16—ல்

குடும்பத்துடன்...

பதவியேற்றவுடன், விவசாயத் துறையில் தேசியத் தலைவராக நியமிக்கப்பட்டார் சே குவாரா. தேசிய வங்கியின் தலைவராக கியூபா ரூபாய் நோட்டுகளில் 'சே' எனக் கையெழுத்திடும் அளவுக்கு முக்கியத்துவம் பெற்றார். பின்னர் தொழிற் துறை அமைச்சராகவும் சே குவாரா பதவி வகித்தார்.

இருந்தாலும் தன்னை ஒரு சாதாரணக் குடிமகனாகவே அடையாளம் காட்டிக் கொண்டார். விவசாயக் கூலிகளுடன் சேர்ந்து கரும்பு வெட்டுவதும், தொழிற்சாலைகளில் இதர பணியாளர்களுடன் சேர்ந்து மூட்டை சுமப்பதுமாகவே வாழ்ந்தார். சே குவாரா, காஸ்ட்ரோ இருவருக்கும் இடையே யுத்தத்துக்கு முன்பும் பின்புமான உறவுகளில் வேறுபாடுகள் இருந்தது என்றாலும், ஒருவருக்கொருவர் விட்டுக்கொடுத்ததில்லை.

மூன்றாம் உலக நாடுகளின் பிரதிநிதியாக, ஒற்றை மனிதனாக, அமெரிக்க ஏகாதிபத்தியத்தைத் தன்னால் வேரறுக்க முடியும் என சே குவாரா திடமாக நம்பினார். கியூபாவுக்கு ஏவுகணைகள் இறக்குமதி செய்ய ரஷ்யா வாக்குறுதி தந்த போது, 'ரஷ்ய ஏவுகணைகள் கியூபாவில் இறங்கினால் அது முதலில் அமெரிக்க நகரங்களையே குறி வைக்கும்' எனத் தைரியமாகக் குரல் கொடுத்தார்.

அமெரிக்கா, கியூபாவின் மீது விதித்த பொருளாதாரத் தடைதான் அவரது கட்டற்றக் கோபத்துக்குக் காரணம். அமெரிக்காவின் சிபி என். தொலைக்காட்சி ஒரு நேர்காணலுக்காக சே குவாராவை நியூயார்க்குக்கு அழைத்தது. 'அமெரிக்கா ஒரு கழுதைப் புலி. அதன் ஏகாதிபத்தியத்தை நான் வேரறுப்பேன்' என அமெரிக்க மண்ணிலேயே துணிச்சலாகப் பேட்டி தந்தார் சே குவாரா. இதனால் சே குவாராவுக்கு முடிவுரை எழுதக் களத்தில் இறங்கியது அமெரிக்க உளவு நிறுவனமான சி.ஐ.ஏ!

சி.ஐ.ஏ... உலகின் ஏதோ ஒரு மூலையில், யாரோ ஒரு மனிதன் சுடப்பட்டுக் கீழே விழுவான். யார், எங்கிருந்து, எதற்காக அவனைச் சுட்டார்கள் என மற்ற யாருக்கும் எதுவும் தெரியாது. ஆனால், அவனைச் சுட்ட துப்பாக்கியின் மிச்சப் புகை, அமெரிக்காவில் கசியும். உலக வரைபடத்தில் இவர்களின் காலடி படாத இடமே இல்லை.

சே குவாராவின் அமெரிக்கப் பயணமும், அமெரிக்க எதிர்ப்புப் பேச்சும் சி.ஐ.ஏ—வுக்கு சினமூட்டின. அது வரை காஸ்ட்ரோவை குறிவைத்து இயங்கிய சி.ஐ.ஏ. தன் முழு எரிச்சலையும் சே குவாராவின் பக்கம் திருப்பியது. காஸ்ட்ரோவைக் காட்டிலும் சே குவாரா தான் மிகவும் ஆபத்தானவர் எனத் தீர்மானிக்கப்பட்டது.

விழும் இடமெல்லாம் விதை போல விழுவதும், எழும் இடமெல்லாம் மலை போல எழுவதுமாக இருந்த சே குவாரா, சதித் திட்டம் குறித்து அறிந்தும் புன்னகைத்தார். தொடர்ந்து சீனாவுக்கும் அல்ஜீரியாவுக்குமாகப் பயணங்களைத் தொடங்கினார். சென்ற இடங்களிலெல்லாம் அமெரிக்காவைக் கடுமையாகத் தாக்கிப் பேசினார். ரஷ்யாவையும் ஒரு பிடி பிடித்தார். அமெரிக்காவால் பாதிக்கப்படும் மூன்றாம் உலகக் குட்டி நாடுகளுக்கு ரஷ்யா பொருளாதார ரீதியாகப் பாதுகாப்பளிக்க வேண்டியது அதன் தார்மீகக் கடமை என முழங்கினார்.

தான்சானியா, கானா, காங்கோ போன்ற ஆப்பிரிக்க நாடுகளுக்கும் பயணம் தொடர்ந்தது. அமெரிக்க ஏகாதிபத்தியத்தாலும் அடக்குமுறை சர்வாதிகாரத்தாலும் ஆப்பிரிக்க மக்கள் அவதிப்படுவதை நேரடியாக உணர்ந்தார். குறிப்பாக காங்கோவின் அரசியல் சூழல், அவரை மிகவும்

பாதித்தது. மக்கள் புரட்சிக்கு ஏதாவது செய்தாக வேண்டும் என்ற எண்ணம் எழுந்தது.

கியூபா அரசால் அங்கீகரிக்கப்படாத மூன்று மாதப் பயணத்துக்குப் பிறகு, சே குவாரா 1965 மார்ச்சில் கியூபாவுக்குத் திரும்பினார். விமான நிலையத்தில் அவரை ஃபிடல் காஸ்ட்ரோ கை குலுக்கி வரவேற்றார். அதுதான் வெளியுலகுக்கு சே குவாரா நேரடியாக வெளிப்பட்ட கடைசி நிகழ்வு. அதன் பிறகு சே குவாராவைக் காணவில்லை. எங்கே போனார் என யாருக்கும் தெரியவில்லை.

அன்றிரவு ஒரு சந்திப்பில், காஸ்ட்ரோவின் தம்பி ரால் காஸ்ட்ரோ, சே குவாராவை டிராஸ்கியிஸ்ட் என சுடு சொல்லால் அழைத்ததாகவும், அது சே குவாராவின் மனதை மிகவும் காயப்படுத்தியதாகவும், சே குவாரா கியூபாவை விட்டு வெளியே செல்ல அதுதான் காரணம் என்றும் சொல்லப்படுவது உண்டு.

12

சே குவாரா எங்கே? பத்திரிகைகள் அலறின. அனைவருடைய பார்வையும் காஸ்ட்ரோ பக்கம் திரும்பியது. சே குவாராவைச் சுட்டுக் கொன்று விட்டார் காஸ்ட்ரோ என்னும் அளவுக்குக் கோபம் கிளம்பியது. காஸ்ட்ரோவின் மௌனம் சந்தேகத்தை மேலும் அதிகப் படுத்தியது. சே குவாரா — காஸ்ட்ரோ இருவருக்கும் இடையே கருத்து வேறுபாடுகள் நிலவியது உண்மை.

அடிப்படையில் சே குவாரா ஒரு யதார்த்தவாதி உள்ளது உள்ளபடியே போட்டு உடைக்கிற செயல் புயல். காஸ்ட்ரோ ஒரு ராஜதந்திரி. அரசியல் காய்களை நகர்த்துபவர். யாதும் ஊரே, யாவரும் கேளிர் என்பது சே குவாராவின் உலகம். ஆனால், கியூபாவையும் அதன் மக்களையும் காப்பாற்ற வேண்டிய பொறுப்பு காஸ்ட்ரோவுக்கு. இருவருக்கும் இடையில் இந்த வேறுபாடுகளே அடிப்படை!

உண்மையில், சே குவாரா அப்போது காஸ்ட்ரோவுக்கும் தன் தாய்க்கும் ஒரு கடிதத்தை எழுதி அனுப்பிவிட்டு அடுத்த புரட்சிக்காக காங்கோ கிளம்பிப் போயிருந்தார். காஸ்ட்ரோ எவ்வளவோ முயற்சித்தும் சே குவாராவை நிறுத்த முடியவில்லை.

தன் மகளுடன்...

'மக்களுக்கான பணியில் தன் பாதை தொடர்ந்து நீளும். அதை ஒருபோதும் தடுக்கக் கூடாது' என சே குவாரா, காஸ்ட்ரோவிடம் உறுதிமொழி வாங்கி இருந்ததும் அதற்கு ஒரு காரணம்.

சே குவாரா எங்கே எனக் கேட்ட யாருக்கும் காஸ்ட்ரோவால் வெளிப்படையாக பதில் சொல்ல முடியவில்லை. காரணம், சி.ஐ.ஏ.! சே குவாராவை அழித்தொழிக்கத் தேடி வரும்

சி.ஐ.ஏ—க்கு துப்பு கிடைத்துவிடக் கூடும் என காஸ்ட்ரோ அஞ்சியதே அதற்குக் காரணம். காஸ்ட்ரோ சொன்னதை நம்பி, வியட்நாம் காடுகளில் சே குவாராவை சி.ஐ.ஏ. தேடி அலைந்து, ஏமாற்றமும் எரிச்சலும் அடைந்தது. அந்தக் கடுப்பில், சே குவாராவை காஸ்ட்ரோ சுட்டுக் கொன்றதற்கு தங்களிடம் ஆதாரம் இருப்பதாகப் பொய் செய்தியைப் பரப்பியது.

இது காஸ்ட்ரோவுக்கு நெருக்கடியை உருவாக்கியது. வேறு வழி இல்லாமல் சே குவாரா தனக்கு எழுதிய கடிதத்தை அவரது அனுமதியுடன் பொதுமக்களுக்கு 1965 அக்டோபர் 3—ம் தேதி பகிரங்கமாக வெளியிட்டார் காஸ்ட்ரோ. கியூபாவை விட்டு, தான் வெளியேறியதற்கான காரணத்தையும், காங்கோ புரட்சிக்குச் செல்வதையும் கடிதத்தில் சே குவாரா குறிப்பிட்டிருந்தார்.

காங்கோவின் சர்வாதிகார அரசை வேரறுக்கும் பணியில் கியூபா வீரர்கள் மற்றும் கறுப்பினப் போராளிகளுடன், துப்பாக்கியுடன் சே குவாரா, காங்கோ காடுகளில் இருந்தார். ஆனால், அவர் நினைத்தது போல் அந்தப் புரட்சி சே குவாராவுக்கு வெற்றியைத் தேடித் தரவில்லை. காங்கோ நாட் குறிப்பு எனும் டைரியில் அவர் எழுதியிருந்தது போல் அது ஒரு தோல்வியின் வரலாறு.

அமெரிக்க சி.ஐ.ஏ. கழுகுகள் அவரைத் தேடி காங்கோ காடுகளுக்குள் புகுந்த போது, சே குவாரா தன் பட்டாளத்துடன் செக்கோஸ்லேவியாவுக்கு இடம்பெயர்ந்திருந்தார். சே குவாராவுக்கு மீண்டும் கியூபா செல்ல விருப்பம் இல்லை. பொலிவிய மாவோயிஸ்ட் தலைவரான மோஞ் சேயின் அழைப்பின் பேரில், தன் அடுத்த இலக்கான பொலிவியாவுக்குள் 1966 இறுதி வாக்கில் மாறுவேடத்தில் நுழைந்தார். அவருடன் 50 பேர் கொண்ட கொரில்லாப் படையும் புரட்சியில் ஈடுபட்டது. ஆனால், அங்கேயும் அவருக்கு காங்கோவைப் போலத் தோல்வியே காத்திருந்தது.

தட்ப வெப்ப முரண்பாடு, கலாசாரப் புரிதலின்மை போன்றவையே அவரது திட்டங்களின் தோல்விக்குக் காரணம். யார் யாரை தன் அரசியல் நண்பர்களாக அவர் நம்பி இருந்தாரோ, அவர்கள் யாரும் உதவி செய்யாமல் மௌனமாகக் கை கட்டி வேடிக்கை பார்த்ததும்

தோல்விக்கான முக்கியக் காரணங்களில் ஒன்று. இந்த மன வேதனையுடன் ஆஸ்துமாவும் சேர்ந்து சே குவாராவை வாட்டி வதைத்தது. போதிய வீரர்கள் இல்லாதது மற்றும் உணவின்மை போன்ற பிரச்னைகளுடன் சே குவாரா காடுகளில் அலைந்தார்.

சி.ஐ.ஏ. பொலிவியாவுக்குள்ளும் புகுந்து, ஃபெலிக்ஸ் ரோட்ரிக்ஸ் என்பவர் தலைமையில் வேட்டையாடத் தொடங்கியது.

1967 அக்டோபர் 8—ம் தேதி. தென் அமெரிக்கச் சரித்திரத்தில் ஓர் இருண்ட தினம்.

காலை 10.30.

யூரோ கணவாயை ஆறு கொரில்லா வீரர்களுடன் சே குவாரா கடந்து சென்றார். வழியில் தென்பட்ட ஆடு மேய்க்கும் குண்டுப் பெண்ணின் மேல் பரிதாபப்பட்டு ஐம்பது பெஸோக்களைப் பரிசாகத் தந்தார்.

நண் பகல் 1.30.

குண்டுப் பெண் பொலிவிய ராணுவத்துக்கு சே குவாராவின் இருப்பிடத்தைக் காட்டிக் கொடுத்தாள். அலறிப் புடைத்துப் பறந்து வந்த பொலிவிய ராணுவம்

அவர்களைச் சுற்றி வளைத்துச் சரமாரியாகச் சுட்டது. பதிலுக்கு கொரில்லாக்களும் சுட்டனர்.

பிற்பகல் 3.30.

காலில் குண்டடி பட்ட நிலையில், தன்னைச் சுற்றி துப்பாக்கியுடன் சூழ்ந்த பொலிவிய ராணுவத்திடம், "நான்தான் சே குவாரா. நான் இறப்பதைவிட, உயிருடன் என்னைப் பிடிப்பது உங்களுக்குப் பயனுள்ளதாக இருக்கும்" என்றார்.

மாலை 5.30.

அருகிலிருந்த லா ஹிகுவேராவுக்கு வீரர்கள் கைத்தாங்கலாக சே குவாராவை அழைத்து வந்தனர். அங்கிருக்கும் பழைய பள்ளிக்கூடம் ஒன்றில் சே குவாரா கை, கால்கள் கட்டப்பட்டு சிறை வைக்கப்பட்டார்.

இரவு 7.00.

சே குவாரா பிடிபட்டார் என சி.ஐ.ஏ—வுக்குத் தகவல் பறந்தது. அதே சமயம் உயிருடன் இருக்கும்போதே அவர் இறந்துவிட்டதாகப் பொய்யான தகவல் பொலிவிய ராணுவத்தால் பரப்பப்பட்டது.

தனக்கு உணவு வழங்க வந்த பள்ளி ஆசிரியையிடம், "இது என்ன இடம்?" என்று சே குவாரா கேட்டார்.

"பள்ளிக்கூடம்" என்றாள் அவள்.

"பள்ளிக்கூடமா? ஏன் இத்தனை அழுக்காக இருக்கிறது?" என வருத்தப்பட்டார். மரணத்தின் விளிம்பிலும் சே குவாராவின் இதயத்தை எண்ணி அந்தப் பெண் வியந்தாள்.

அக்டோபர் 9, அதிகாலை 6.00 மணி... லா ஹிகுவேராவின் ஒரு ஹெலிகாப்டர் வட்டமடித்தபடி பள்ளிக்கூட வளாகத்துக்கு வந்து இறங்கியது. சக்தி வாய்ந்த ரேடியோ மற்றும் கேமராக்களுடன் சி.ஐ.ஏ. உளவாளியான ஃபெலிக்ஸ் ரோட்ரிக்ஸ் அதிலிருந்து இறங்கினார்.

இரவு 9.00

கசங்கிய பச்சைக் காகிதம் போலக் கை, கால்கள் கட்டப்பட்ட நிலையில் அழுக்கடைந்த ஆடைகளுடன்

சே குவாராவைப் பார்த்ததும் அவருக்கு அதிர்ச்சி. அமெரிக்காவுக்குச் சிம்ம சொப்பனமாக இருந்தவனையா இங்கே நாம் காண்பது என அவருக்கு வியப்பும் திகைப்பும்! பிடிபட்டிருப்பது சே குவாராதான் என அமெரிக்காவுக்குத் தகவல் பறந்தது.

இரவு 11.00

சே குவாராவின் டைரிகள் மற்றும் உடமைகள் கைப்பற்றப்பட்டன. தான் கொண்டுவந்த கேமராவில் சே குவாராவைப் பல கோணங்களில் புகைப்படங்கள் எடுத்தார் ஃபெலிக்ஸ். கைவிடப்பட்ட யேசு கிறிஸ்துவைப் போலக் காட்சி தரும் சே குவாராவின் அந்தப் புகைப்படங்கள் இன்றளவும் வரலாற்றின் மிச்சங்கள்.

மறு நாள் காலை 10.00

சே குவாராவை உயிருடன் வைத்துக்கொண்டு விசாரணை நடத்தினால், அது அவர் மேல் பரிதாபத்தையும், நாயகத் தன்மையையும் உலகம் முழுவதும் உருவாக்கிவிடும் என்பதால் அவரை உடனடியாகத் தீர்த்துக்கட்டிவிடுவதுதான் சரி என சி.ஐ.ஏ — யிடம் இருந்து, வாலேகிராண்டாவில் இருந்து தகவல் வந்தது. 500, 600 எனக் குறிச் சொற்களைத் தாங்கி வந்தது. '500 என்றால் சே குவாரா. 600 என்றால் கொல்' என்பவை அதன் அர்த்தங்கள்.

காலை 11.00

சே குவாராவைச் சுட்டுக் கொல்வது என முடிவு எடுக்கப்பட்டது. மரியோ ஜேமி என்னும் பொலிவிய ராணுவ சர்ஜன் அந்தக் காரியத்துக்காகப் பணி அமர்த்தப்படுகிறார்.

நண்பகல் 1.00

கைகள் கட்டப்பட்ட நிலையில் சே குவாராவை பள்ளிக்கூடத்தின் தனி இடம் ஒன்றுக்கு மரியோ அழைத்துச் செல்கிறார். 'முட்டி போட்டு உயிர் வாழ்வதைவிட நின்றுகொண்டே இறப்பது எவ்வளவோ மேல்!' என்பார் சே குவாரா. ஆனால், மரியோ அவரை ஒரு கோழையைப் போலக் கொல்லத் தயாரானார். தன்னை நிற்க வைத்துச் சுடுமாறு சே குவாரா கேட்க, அதை அலட்சியப்படுத்தினார்.

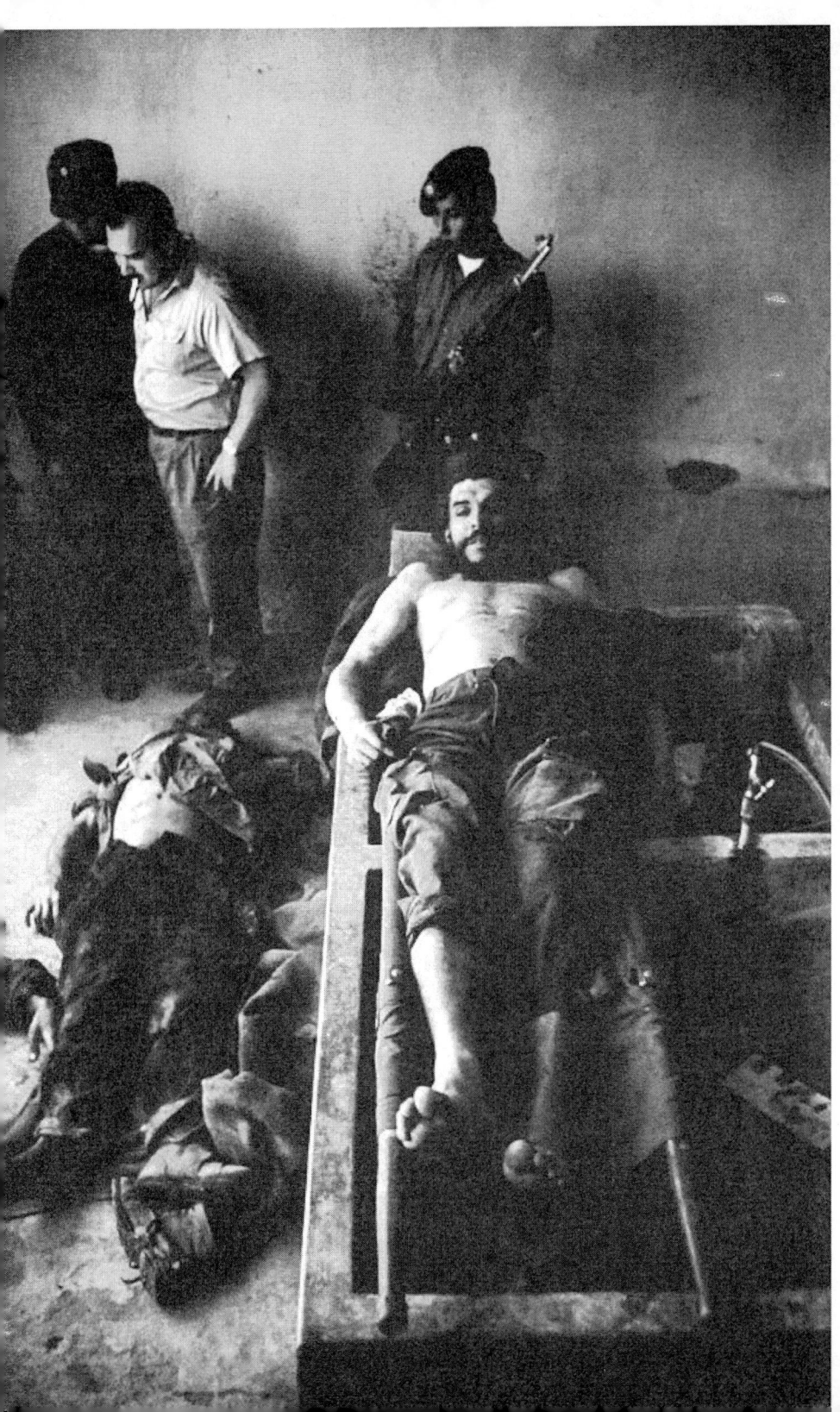

"கோழையே! சுடு. நீ சுடுவது சே குவாராவை அல்ல; ஒரு சாதாரண மனிதனைத்தான்!" விழிகள் மின்ன, உலகம் புகழும் மனிதன் சொன்ன, இதயத்தைக் கிழிக்கும் கடைசி வாசகம் இதுதான்!

மணி 1.10

மனித குல விடுதலைக்காகத் தன் வாழ்நாளெல்லாம் போராடிய மா மனிதனை நோக்கித் துப்பாக்கி தன் தோட்டாக்களைத் திறக்கிறது. ஆறு தோட்டாக்களில் ஒன்று, அவரது இதயத்தை ஊடுருவியது. இனம், மொழி, தேசம் என எல்லைகளைக் கடந்து மக்களுக்காகப் பாடுபட்ட உலகின் ஒரே வீரன் விடைபெற்றான்.

சே குவாரா இறந்த தகவல் உலகத்தை உலுக்கியது. அக்டோபர் 18—ம் தேதி கியூபா, ஹவானாவில் வரலாறு காணாத கூட்டம் சே குவாராவின் அஞ்சலிக்காக காஸ்ட்ரோவின் தலைமையில் கூடியிருந்தது. அவர்கள் முன் தலைமை உரையாற்றினார் காஸ்ட்ரோ. "வரலாற்றின் மகத்தான பக்கங்களில் இடம் பெற்றுவிட்ட சே குவாரா நம் காலத்தின் ஒப்பற்ற தலைவர். கியூபா மக்கள் அந்த மகத்தான தலைவனை முன்மாதிரியாகக் கொண்டு செயல்பட வேண்டும்" என வேண்டுகோள் விடுத்தார்.

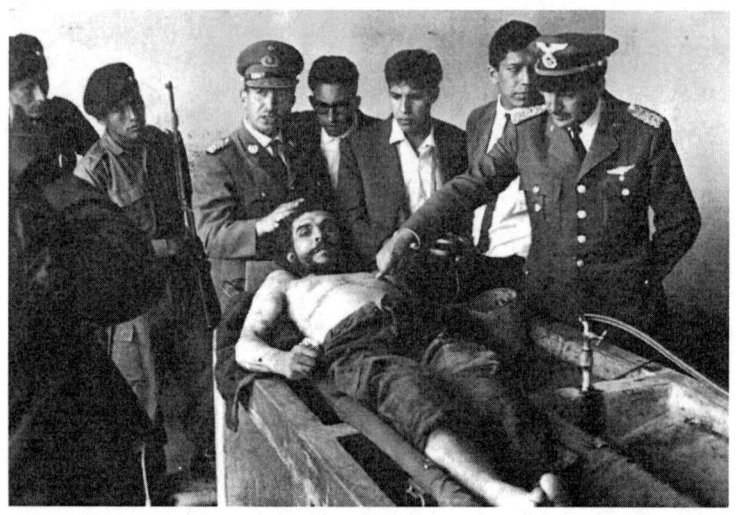

சுட்டுக் கொல்லப்பட்டவுடன்...

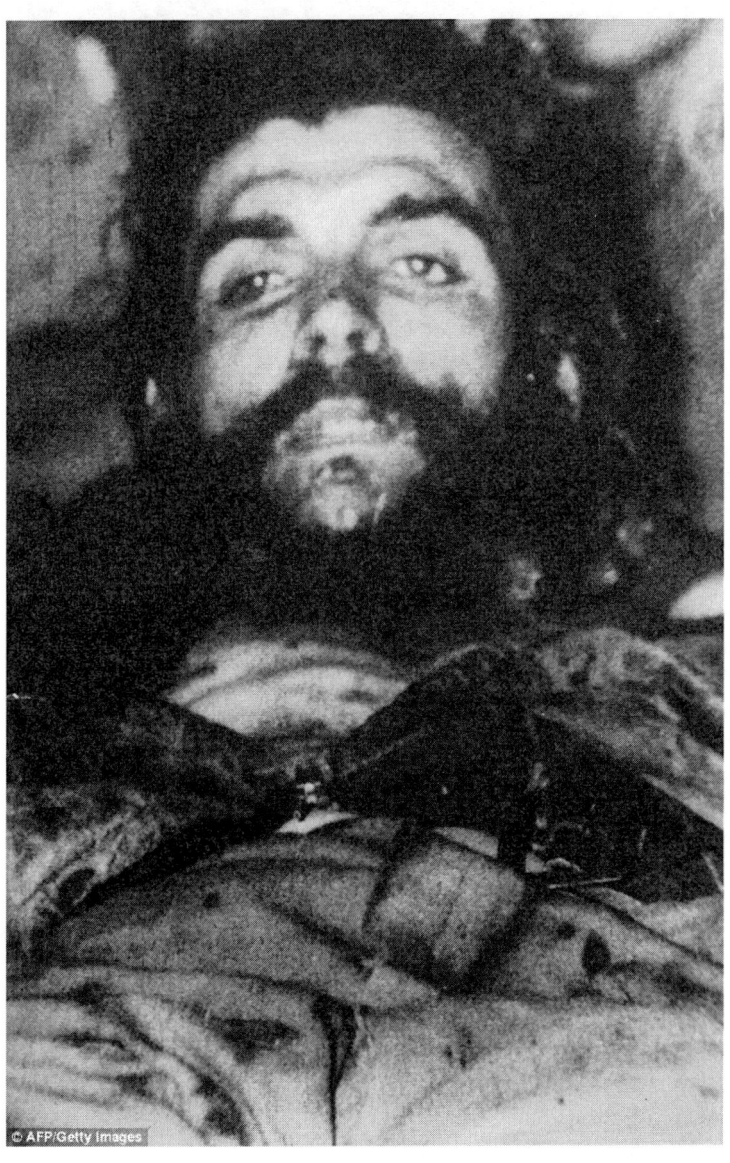

இறந்தபோது சே குவாராவுக்கு வயது 39. உலகம் முழுவதும் சே குவாராவின் புகழ் இன்னும் இன்னும் பரவியது. உலகின் அனைத்து இதழ்களிலும் சே குவாரா குறித்துக் கட்டுரைகள் எழுதப்பட்டன.

உலகின் பெரும் கவிகளான ஆக்டோவியா பாஸ், ஹூலியா கொத்சார் போன்றவர்கள் சே குவாரா குறித்து கவிதைகள் எழுதினர். பிரெஞ்சு அறிஞர் ழான் போல் சார்த்தர், 'பூமியில் வந்து போன முழுமையான மா மனிதர் சே குவாரா!' எனப் புகழ் மகுடம் சூட்டினார்.

நிகாராகுவாவில் புரட்சி ஏற்பட்டு குவாராயிசம் எனும் கொள்கை கொண்ட சான்டனி ஸ்டாஸ் அரசு, ஆட்சியைக் கைப்பற்றியது. அதன் வெற்றி ஊர்வலத்தின்போது யேசுவைப் போன்ற சே குவாராவின் உருவம் கொண்ட அட்டைகளை அனைவரும் தாங்கிப் பிடித்திருந்தனர்.

சே குவாராவை சமூகத்துக்கு நினைவுபடுத்தும் விதமாக கியூபா அரசாங்கம் தன் கட்டடங்கள் மற்றும் பூங்காக்களில் சித்திரங்களாகவும் சிலைகளாகவும் பல்வேறு உருவ வேலைப்பாடுகளாகவும் அவருடைய உருவத்தைச் செய்து அவரைப் பெருமைப்படுத்தியது.

சான்டா கிளாரா எனும் நகரில் சே குவாராவின் மியூஸியம் ஒன்று உள்ளது. இந்த மியூஸியத்தைப் பார்ப்பதற்காக மட்டுமே வருடந்தோறும் கோடிக்கணக்கில் பயணிகள் வெளிநாடுகளிலிருந்து கியூபாவுக்கு வந்து செல்கின்றனர்.

கியூபாவில் இப்போதும் ஒரு வழக்கம் உண்டு. அதிகாலையில் வகுப்பு அறைக்குச் செல்லுமுன் அத்தனை குழந்தைகளும் ஒருமித்த குரலில் முழங்கும் வாசகம் என்ன தெரியுமா?

'எங்களது முன்னோர்கள் கம்யூனிஸ்டுகளாக இருந்தனர். நாங்கள் சே குவாராவைப் போல இருப்போம்.'